57 MGA BATAS NG KAPANGYARIHAN

SHERYL BLAS

Published by sherelyn castillo, 2025.

57 MGA BATAS NG KAPANGYARIHAN

First edition. April 2, 2025.

ISBN: 979-8230070597

Written by SHERYL BLAS.

Mga Nilalaman

57 Mga Batas ng Kapangyarihan

Panimula: Ang Lihim na Laro ng Kapangyarihan

Ang kapangyarihan—isang salitang may malalim na kahulugan, ngunit madalas na mahirap unawain. Hindi ito palaging nakikita sa harap ng mata; sa halip, ito'y nakatago sa likod ng mga tabing, sa mga hindi nasasabing kasunduan, at sa mga alituntuning hindi nakasulat ngunit matagal nang sinusunod. Sa makabagong panahon, ang kapangyarihan ay hindi lamang nakasalalay sa lakas at dahas, kundi sa kakayahang manipulahin ang imahe, ang opinyon, at ang puwersang nakatago sa likod ng isang maingat na pagpoposisyon.

Ang mga pinakamakapangyarihang tao ay hindi laging nakatayo sa entablado at tinitingala ng lahat. Kadalasan, sila ang mga taong tahimik, hindi nagbubukas ng kanilang mga layunin, at sa kabila ng pagiging hindi nakikita, sila ang mga namumuno sa mga malalaking desisyon—ang mga nagdidikta ng agos ng ekonomiya, ng politika, at ng ating mga personal na relasyon. Ang kanilang kapangyarihan ay hindi makikita sa pagdidikta ng mga direktang aksyon, kundi sa pagkontrol ng mga saloobin at pangarap ng nakararami.

Sa aklat na ito, ilalantad natin ang mga lihim ng kapangyarihan—ang mga batas at prinsipyo na hindi nasusulat, ngunit bumubuo sa mga pundasyon ng bawat relasyon at sistema sa ating buhay. Mula sa mga larangan ng negosyo at pulitika, hanggang sa mga pinong ugnayang personal, ang mga mekanismong ito ay nagpapatakbo sa ating mga desisyon at galaw. Hindi ito isang simpleng gabay, kundi isang mapa na magtuturo sa iyo kung paano makapagsimula, magtayo ng iyong puwersa, at makipaglaro sa mga alituntunin ng laro ng kapangyarihan na kadalasan ay hindi nakikita ng karamihan.

Hindi mo na kailangang maging isang negosyante o politiko upang maunawaan ang mga laro ng kapangyarihan—kailangan mo lamang ng isang matalim na pang-unawa at kakayahan upang makita ang mga patakaran sa likod ng bawat sitwasyon. Kapag natutunan mong maglaro sa mga patakarang ito, makikita mong hindi lamang ikaw ay magiging bahagi ng laro—ikaw ay magiging isa sa mga tagapag-anyo ng laro mismo.

Bilang isang mambabasa, ikaw ay makikinabang mula sa mga taktika at estratehiya na magagamit mo sa iyong pang-araw-araw na buhay. Mula sa tamang oras at lugar ng pagkilos, hanggang sa mga misteryo ng impluwensiya at manipulasyo ng opinyon—matutunan mong gawing kalamangan ang bawat hakbang na iyong tatahakin. Hindi ka lang basta makikipagkumpitensya; ikaw ay magiging isang master sa laro ng kapangyarihan.

Handa ka na bang pumasok sa mundong puno ng lihim at taktika? Sa aklat na ito, matutuklasan mo ang mga susi na magbibigay sa iyo ng lakas upang magtagumpay, hindi lamang sa malalaking laban, kundi pati na rin sa mga pinakamahalagang desisyon ng iyong buhay. Sa pagtahak mo sa landas na ito, matutunan mong gawin ang kapangyarihan hindi bilang isang bagay na hinahanap, kundi bilang isang likas na aspeto ng iyong pagkatao at mga galaw sa mundong ibabaw.

Batas 1: Ang Tunay na Kapangyarihan ay Nakatago

"Ang Tunay na Kapangyarihan ay Nakatago Ang pinakamabisang kapangyarihan ay hindi ipinapakita nang hayagan—ito ay lihim na ginagamit. Ang mga tunay na may impluwensya ay nauunawaan na ang direktang komprontasyon ay lumilikha ng pagtutol, samantalang ang tahimik na pagkilos sa likod ng mga eksena ay nagpapahintulot sa kanila na manipulahin ang sitwasyon nang walang sagabal. Sa anumang sitwasyon, ang taong mukhang may hawak ng kapangyarihan ay maaaring hindi talaga ang gumagawa ng mahahalagang desisyon. Matutong tukuyin ang mga nakatagong istruktura ng kapangyarihan at *iposisyon ang iyong sarili sa loob nito. maaari mo bang mas palawigin ang batas na ito ng mas kaakit akit sa magbabasa."*

Ang pinakamabisang kapangyarihan ay hindi laging ipinapakita nang malakas at hayagan. Ang mga tunay na may hawak ng kapangyarihan ay hindi nag-aasta bilang mga mandaragat ng lahat ng atensyon. Sa halip, sila ay tahimik na nagmamanipula mula sa likod ng mga kurtina, ginagamit ang mga galamay ng impluwensiya nang hindi nararamdaman ng nakararami. Ang layunin ng tunay na kapangyarihan ay hindi sa pagsikat, kundi sa pagiging hindi mahahalata.

Kung ang kapangyarihan ay inilalantad nang malakas, ang mga kaaway ay nagiging alerto at handang makipaglaban, ngunit ang mga hindi nakikita at tahimik na maniobra ay may higit na epekto. Kung nais mong magtagumpay sa anumang larangan, kailangan mong matutunan ang mga lihim na galaw—ang mga pagsasakatuparan na hindi kinakailangang makita ng lahat, ngunit may matinding epekto sa huli. Ang taong tila may hawak ng kontrol ay maaaring hindi siya ang tunay na may kapangyarihan, kundi ang isang pawn lamang sa isang mas malaking laro.

Matutong mag-obserba ng mga hindi nakikitang pwersa sa paligid mo—ang mga hindi binibigkas na kasunduan, ang mga mata sa likod ng mga mata, ang mga galak at hinagpis na hindi naririnig. Iposisyon ang iyong sarili sa mga posisyon na hindi mo kailangang maging sentro ng lahat ng mata, kundi ang isang walang sawang gumagalaw na puwersa sa ilalim ng ibabaw. Ipinagpapaliban ang iyong mga hakbang, magmamasid, at unti-unting gamitin ang iyong impluwensiya nang hindi ka nararamdaman—sapagkat ang tunay na lakas ay ang hindi makita at hindi maramdaman, pero tiyak na humuhubog sa lahat ng nangyayari.

Sa ganitong paraan, magiging bahagi ka ng sistema ng kapangyarihan nang hindi mo kailangang ipakita ang iyong kamay.

Batas 2: Kontrolin ang Pananaw, Kontrolin ang

"Mas mahalaga ang pinaniniwalaan ng mga tao kaysa sa kung ano ang totoo. Ang mga taong may kakayahang kontrolin ang mga kwento—sa media, negosyo, o lipunan—ay siyang humuhubog sa realidad na tinatanggap ng iba. Ang mga pulitiko, CEO, at mga personalidad ay ginagamit ito upang itaguyod ang kanilang layunin. Kung kaya mong impluwensyahan ang pananaw ng iba, kaya mong idikta ang direksyon ng anumang usapan."

Ang katotohanan ay hindi palaging tumutugma sa kung ano ang iniisip ng nakararami. Mas mahalaga sa karamihan ang kung anong kwento ang ipinapakita sa kanila, kaysa sa kung ano talaga ang nangyayari. Ang mga taong may kakayahan at kapangyarihang manipulahin ang pananaw ng iba ay siyang may pinakamalaking impluwensya sa kung anong katotohanan ang tinatanggap ng nakararami. Sa mga mata ng nakakarami, ang katotohanan ay hindi lamang isang bagay na ibinabalita o inilalahad; ito ay isang naratibo na ipinapakita at pinalaganap.

Sa bawat aspeto ng buhay—mula sa politika, negosyo, hanggang sa media—may mga tao at grupo ng tao na may kakayahang magtakda ng kwento. Kung ikaw ay isang politiko, CEO, o isang tanyag na personalidad, mayroon kang kapangyarihan na itaguyod ang isang naratibo na magpapalakas ng iyong posisyon at layunin. Halimbawa, ang mga pulitiko ay may kakayahang baguhin ang opinyon ng publiko sa pamamagitan ng mga kampanya, mga patalastas, at mga pahayag na magbibigay ng partikular na imahe o impresyon. Ang mga CEO naman ay kayang baguhin ang pananaw ng kanilang mga kostumer at mga stakeholders sa pamamagitan ng mga marketing strategies at brand positioning.

Ang mga kwento na ipinapakalat sa mass media ay may malalim na epekto sa pananaw ng mga tao. Kung ikaw ay may kontrol sa media—sa mga balita, pelikula, social media, at iba pang platform—may kakayahan kang magtulak ng naratibo na magbibigay ng partikular na katotohanan sa mga tao. Sa ganitong paraan, ikaw ang magdidikta kung ano ang "tama" o "mali," kung ano ang "maganda" o "masama," at kung ano ang "realidad."

Isipin mo na lang ang isang krisis na ipinapakita sa balita. Kung ang balita ay ibinabalita nang isang paraan, ito ay makaaapekto sa kung paano ito tinitingnan ng mga tao. Kung itatanghal ang isang tao bilang bayani, mas malamang na kikilalanin siya bilang isang simbolo ng kabutihan at tagumpay, kahit na ang kanyang mga aksyon ay maaaring may ibang konteksto. Kung ang parehong tao ay itatampok bilang kontrabida o salarin, ang mga tao ay maaaring mawalan ng tiwala sa kanya nang walang sapat na pag-unawa sa kabuuan ng kwento.

Kung nais mong magkaroon ng tunay na impluwensiya, kailangan mong matutunan kung paano kontrolin ang naratibo—ang kwento na isinasalaysay at ipinapakita sa iba. Hindi lamang ito nangangahulugang ikaw ang may kakayahang magbenta ng isang ideya, kundi ikaw ang may kapangyarihang baguhin kung ano ang tinatanggap ng iba bilang "katotohanan." At kapag ikaw na ang nagdikta ng pananaw ng iba, ikaw rin ang may kontrol sa takbo ng mga usapan at desisyon na magtatakda ng landas ng buong sitwasyon.

Sa madaling salita, ang kapangyarihan ng pananaw ay ang kapangyarihan ng katotohanan mismo. Ang sinumang may kakayahang hubugin ang naratibo ay siyang nagtatakda ng mga katotohanan na susundan ng iba.

Batas 3: Gamitin ang Ilusyong ng Pagpipilian

"Ang mga tao ay lumalaban sa kontrol ngunit tinatanggap ang kalayaan. Ang pinakamabisang paraan upang mapanatili ang kapangyarihan ay ang pagbibigay ng mga pagpipilian na kontrolado mo pa rin. Sa negosasyon, pamumuno, o personal na relasyon, ang pagbibigay ng mga opsyon na pabor sa iyo ay nagpaparamdam sa iba na sila ang may desisyon, kahit na ikaw ang nagdidikta ng resulta."

Lahat tayo ay may likas na pagnanais na maging malaya, na magdesisyon ayon sa ating kagustuhan at hindi ipataw ang mga desisyon sa atin. Kaya naman, ang mga tao ay natural na lumalaban sa anumang uri ng kontrol. Sa kabila ng ito, may isang mas nakakagulat na katotohanan: ang mga tao ay mas madalas na tinatanggap ang kalayaan, ngunit sa ilalim ng tamang kondisyon. Kung ang mga pagpipilian ay mukhang nagmumula sa kanila, ngunit sa katunayan ay ikaw pa rin ang nagtatakda ng direksyon, magkakaroon ka ng kapangyarihan nang hindi nila nararamdaman na sila ay pinipigilan.

Ang pinakapayak na halimbawa nito ay ang pagbibigay ng mga "opsyon" na sa una ay tila nagbibigay ng kalayaan, ngunit sa huli ay nagdadala pa rin sa iyo sa gusto mong resulta. Halimbawa, sa negosasyon, kung ikaw ay magbibigay ng dalawang pagpipilian sa iyong kalaban o partner, pareho mong pinipili ang mga kondisyon na sa huli ay magbibigay sa iyo ng benepisyo. Sa ganitong paraan, pakiramdam ng tao ay siya ang nagdesisyon, kaya't hindi niya nararamdaman ang bigat ng kontrol, ngunit ikaw pa rin ang may hawak ng mga piraso ng laro.

Ito ay isang epektibong estratehiya sa pamumuno at personal na relasyon. Kung ikaw ang isang lider o may responsibilidad sa isang grupo, mahalaga na maging maingat sa pagbibigay ng mga opsyon sa iyong mga tao. Sa halip na magbigay ng isang solong desisyon na kinakalaban nila, magbigay ng dalawang pagpipilian na parehong makikinabang ka. Halimbawa, kung ikaw ang pinuno ng isang team, maaari mong sabihing: "Pumili tayo ng paraan A o paraan B," ngunit pareho naman ang mga paraan na magdadala sa iyo sa nais mong resulta.

Sa personal na relasyon, ganito rin ang galaw. Sa halip na direktang ipahayag ang isang desisyon na magbibigay ng kontrol sa iyo, magbigay ng mga pagpipilian na pareho mong kinokontrol, kaya't walang nararamdamang pagka-puwersa ang iyong kausap. Kung ikaw ay nasa isang relasyon, halimbawa, at nais mong mangyari ang isang bagay, maaari mong tanungin ang iyong partner, "Gusto mo bang gawin ito ngayong weekend o sa susunod?" Sa ganitong paraan, iniisip ng iyong partner na siya ang nagdesisyon, ngunit sa huli, ikaw pa rin ang may kontrol sa timeline o aktibidad.

Sa madaling salita, ang mga tao ay mas tatanggap ng mga kondisyon at desisyon kapag iniisip nila na may kalayaan silang pumili, ngunit sa ilalim ng mga pagpipiliang ikaw pa rin ang nagtakda. Ang pinakamabisang paraan ng pamamahala at kontrol ay ang pagbibigay ng mga pagpipilian na sa huli ay nagsisilbing pakikitungo na nagdadala sa iyo sa iyong layunin. Ang pagkontrol sa "kalayaan" ng iba ay isang makapangyarihang estratehiya upang mapanatili ang iyong kapangyarihan nang hindi lumalabas na ikaw ang nagpapasya sa lahat ng bagay.

"Ang kapangyarihan ay nagmumula sa pagiging kailangang-kailangan. Kapag mas umaasa sa iyo ang iba, mas lumalakas ang iyong impluwensya. Ito ay totoo sa trabaho, negosyo, at kahit sa pakikipagkaibigan. Kapag madali kang palitan, humihina ang iyong kontrol. Palakasin ang iyong natatanging kakayahan, bumuo ng mahahalagang koneksyon, at tiyaking ang pagkawala mo ay may malalim na epekto"

Batas 4: Maging Kailangan, Huwag Mapapalitan

Ang tunay na kapangyarihan ay hindi nakasalalay sa pagiging mayaman o makapangyarihan, kundi sa pagiging "kailangang-kailangan." Kapag ikaw ay naging isang mahalagang bahagi ng buhay ng ibang tao, o ng isang organisasyon, nagiging mahirap ka nang palitan. Sa bawat relasyon—mapa trabaho, negosyo, o kahit sa mga personal na koneksyon—ang kapangyarihan ay nagmumula sa iyong kakayahang magbigay ng halaga na wala o mahirap hanapin sa iba.

Sa isang propesyonal na setting, halimbawa, ang isang tao na may natatanging kasanayan, kaalaman, o karanasan na hindi madaling matutunan o matamo ay nagiging hindi mapapalitan. Kung ikaw ang may kakayahang magbigay ng mga solusyon na hindi kayang ibigay ng iba, ikaw ay nagiging isang mahalagang yunit sa iyong team o kumpanya. Kapag ang isang tao ay umaasa sa iyong mga kakayahan at kontribusyon, tataas ang iyong impluwensiya. Higit pa rito, magiging mas malaki ang iyong kapangyarihan kapag hindi kayang palitan ng iba ang iyong mga papel o mga natatanging serbisyo.

Sa negosyo, halimbawa, ang mga kumpanya na may mga lider na may pambihirang kakayahan—mga lider na hindi basta-basta makikita sa iba—ay karaniwang nakakamit ang matibay na posisyon sa merkado. Hindi nila basta-basta maaaring palitan, kaya't sila ang nagdidikta ng mga desisyon at patakaran. Sa ganitong paraan, ang mga tao o kumpanya na may mga natatanging kakayahan ay nakakakuha ng kontrol dahil ang kanilang pagkawala ay may malalim na epekto sa buong sistema. Kung sila ay mawala, ang iba ay mahihirapang punan ang kanilang papel, at maaaring magdulot ito ng pagkalito at kaguluhan.

Sa personal na relasyon naman, ang pagiging "kailangang-kailangan" ay nangangahulugang ikaw ang nagbibigay ng emosyonal na suporta o halaga na hindi kayang ibigay ng iba. Halimbawa, sa isang relasyon, kapag ikaw ay nagbibigay ng mga bagay na nagbibigay ng stability at saya sa iyong partner—mga bagay na hindi kayang ibigay ng ibang tao—nagiging mahirap ka nang palitan. Ang iyong partner ay magiging mas maligaya at mas kontento kapag ikaw ay present sa kanilang buhay, kaya't mas tatagal ang inyong relasyon.

Ang pinakamahalaga sa lahat, palakasin mo ang iyong mga natatanging kakayahan at iwasan ang pagiging isang "mabibiling" tao na madaling mapapalitan. Ang iyong kakayahan, mga koneksyon, at mga naipundar na relasyon ang magiging pundasyon ng iyong kapangyarihan. Sa ganitong paraan, hindi ka lamang magiging isang "mahalaga," kundi isang "hindi mapapalitan," at ang iyong pagkawala ay magdudulot ng malalim na epekto na hindi madali mapunan ng iba. Ang pagkakaroon ng ganitong uri ng "value" ay magpapalakas sa iyong posisyon, at magbibigay ng higit na kontrol sa iyong buhay at sa mga relasyon mo.

Sa pangkalahatan, ang susi sa pagiging makapangyarihan ay ang pagiging isang "pundasyon" sa buhay ng iba—isang tao na hindi basta-basta pwedeng palitan. Ang iyong halaga ay makikita sa pagiging isang natatanging tao na may kakayahang magbigay ng mga bagay na hindi madaling matagpuan sa iba.

Batas 5: Huwag Magdeklara ng Giyera—Sirain Mula sa Loob

"Ang direktang pag-atake ay humahantong sa matinding paglaban, ngunit ang mabagal at maingat na impluwensya ay halos hindi mapipigilan. Sa halip na harapang labanan ang iyong mga kalaban, gumamit ng estratehiya upang unti-unting baguhin ang kanilang pananaw, pahinain ang kanilang suporta, at magtanim ng pagdududa. Kapag napansin nilang natatalo na sila, huli na para bumawi sila."

Ang ideya ng direktang pag-atake o pagsisimula ng isang "giyera" ay karaniwang nagdudulot ng matinding paglaban at pagtutol mula sa kalaban. Kapag ikaw ay nag-deklara ng giyera laban sa isang tao o organisasyon, madalas ito ay nagiging isang pampublikong labanan kung saan parehong partido ay naglalabas ng lakas at mga estratehiya, at kadalasan, ang resulta ay isang mahirap na laban na may mga matinding epekto para sa lahat ng kasangkot. Sa ganitong mga pagkakataon, ang mga kalaban ay mas magiging handang lumaban pabalik at maghahanap ng paraan upang kontrahin ang iyong mga hakbang. Ngunit ang pinakamabisang paraan upang makuha ang iyong layunin—nang hindi ka nagiging biktima ng direktang paglaban—ay ang gumamit ng hindi direktang mga taktika na maingat at mabagal, ngunit may malalim na epekto.

Sa halip na labanan nang harapan, ang pinakamagandang estratehiya ay ang unti-unting pagbabago ng pananaw ng iyong kalaban. Sa pamamagitan ng pagpapahina ng kanilang suporta, pagpapabagsak ng kanilang kredibilidad, at pag-tatanim ng mga pagdududa sa kanilang isipan, maaari mong sirain ang kanilang posisyon nang hindi nila namamalayan. Ang mga ito ay hindi mga agarang hakbang, kundi mga maingat na diskarte na unti-unting magpapalakas sa iyong posisyon at magpapahina sa kanilang mga pondo ng lakas.

Halimbawa, sa negosyo, imbes na direktang tapatan ang iyong kalaban sa pamamagitan ng isang head-on competition, maaari kang mag-focus sa pagpapakita ng kanilang kahinaan—maaaring sa pamamagitan ng mga subtle na pahayag tungkol sa mga pagkakamali nila, pagpapakita ng mga kahinaan sa kanilang serbisyo, o pag-highlight ng mga problema sa kanilang negosyo na hindi nila kayang lutasin. Ang mga hakbang na ito ay hindi magbibigay ng agarang epekto, ngunit makikita mong unti-unting mababawasan ang kanilang kredibilidad at suporta mula sa kanilang mga customer at empleyado.

Sa ganitong paraan, hindi mo kinakalaban ang iyong kalaban nang hayagan, ngunit ikaw ay unti-unting nagtatayo ng isang pader na magpapa-weak sa kanila mula sa loob. Habang ang iyong kalaban ay hindi agad nakikita ang pinsala, siya ay unti-unting napapaligiran ng mga pangyayaring nagpapahina sa kanilang posisyon. Sa oras na matanto nila na nawawala na sila sa laro, huli na para gumalaw at magsimula ng bagong estratehiya. Wala na silang sapat na oras para gumawa ng mga hakbang upang makabangon muli.

Mahalaga na maging maingat sa paggamit ng estratehiyang ito—dahil ang mga subtle na hakbang na ito ay kailangang magtaglay ng tamang timing at pasensya. Hindi ito isang mabilisang labanan, kundi isang matagal na proseso ng pagpapahina at pagsira sa kalaban mula sa loob. Kapag natutunan mo kung paano mag-impluwensya sa isipan ng iba at baguhin ang kanilang pananaw nang hindi ka diretsahang lumalaban, ikaw ay nagiging hindi matitinag sa iyong layunin. Ang pinakamalaking benepisyo ng estratehiyang ito ay hindi lamang ang pagkatalo ng iyong kalaban, kundi ang pagkakaroon mo ng kapangyarihan na magtatagal dahil ikaw ang nagdikta ng direksyon ng laban mula sa simula.

Sa personal na relasyon, halimbawa, kung may isang tao kang nais na hindi mapalakas ang posisyon o impluwensya, maaari mong gamitin ang parehong estratehiya. Hindi mo kailangang direktang makipag-away o magdeklara ng mga oposisyon. Sa halip, magsimula sa mga maliliit na hakbang: itanim ang mga maliit na pagdududa, pabagsakin ang kanilang mga pananaw, at baguhin ang kanilang pananaw sa iyong mga aksyon at salita. Sa huli, kapag naabot na nila ang punto ng pagdududa at walang magawa, ikaw ay may kontrol na sa sitwasyon.

Ang kabuuan ng Batas 5 ay nagpapakita ng kahalagahan ng hindi direktang kontrol. Ang tunay na kapangyarihan ay hindi palaging nasusukat sa dami ng laban na iyong sinusuong, kundi sa iyong kakayahang sirain ang iyong kalaban nang hindi sila direktang nakikipaglaban sa iyo.

Batas 6: Magbago o Maging Lipas

"Ang mundo ay patuloy na nagbabago, kaya dapat sumabay ka. Ang mga taong kumakapit sa lumang paraan ay natatalo ng mga taong mabilis umangkop. Ang pinakamakapangyarihang indibidwal ay hindi ang pinakamalakas kundi ang pinaka-flexible. Maging bukas sa bagong ideya, yakapin ang pagbabago, at manatili sa unahan ng mga uso upang mapanatili ang iyong impluwensya."

Ang mundo ay isang patuloy na nagbabagong sistema. Hindi ito tumitigil, at ang mga pagbabago ay hindi nag-aantay sa sinuman. Kung ikaw ay hindi magiging handa na sumabay at mag-adapt sa mga pagbabago, maiiwan ka sa likuran ng mga mas mabilis magbago at mag-adjust. Sa ganitong mundong mabilis mag-evolve, ang mga tao na kumakapit sa mga lumang pamamaraan at nakasanayang gawi ay kadalasang natatalo ng mga tao na may kakayahang mag-adjust sa mga bagong kondisyon at ideya.

Ang mga indibidwal na may pinakamalaking kapangyarihan at impluwensya ay hindi palaging ang mga may pinakamalaking lakas, kundi ang mga may kakayahang magbago at mag-adapt. Hindi sapat na matibay ka lamang sa iyong mga kasanayan, kundi kailangan mo ring maging flexible—kailangan mong malaman kung paano mag-evolve ayon sa pangangailangan ng panahon. Kung hindi ka magiging bukas sa mga bagong ideya, malalagpasan ka ng mga tao o sitwasyon na mas handang magbago at mag-adjust.

Isang halimbawa nito ay ang teknolohiya at negosyo. Noong mga unang taon, ang mga negosyo ay umasa lamang sa tradisyunal na paraan ng pamamahagi, reklamo, at komunikasyon. Ngunit sa pag-usbong ng digital na teknolohiya, ang mga hindi nakasabay sa pagbabago ay mabilis na nawala sa merkado. Ang mga kumpanya na yumakap sa pagbabago at binago ang kanilang sistema upang makapag-adapt sa mga bagong teknolohiya ay nakapagpatuloy ng kanilang tagumpay. Ang mga halimbawa ng malalaking kumpanya na nagtagumpay sa pamamagitan ng pagyakap sa pagbabago ay ang mga higanteng teknolohikal tulad ng Apple, Amazon, at Google. Ang mga kumpanya ito ay hindi natakot na magsimula sa mga bagong ideya at mga proyekto, at palaging umangkop sa mga pagbabago sa industriya upang mapanatili ang kanilang dominance sa merkado.

Sa personal na buhay naman, ang kakayahang magbago at mag-adjust ay kasinghalaga ng sa negosyo. Ang mga tao na patuloy na gumagawa ng parehong bagay at hindi tumatanggap ng mga pagbabago ay kadalasang nagiging lipas. Ang mga tao na tumangging magbago ay madalas mawalan ng koneksyon sa mga bagong henerasyon o sa mga bagong pangangailangan ng kanilang komunidad o kumpanya. Halimbawa, sa mga social interactions, ang pagiging bukas sa mga bagong perspektibo o ideya ay nagpapakita ng iyong kakayahang magbago, habang ang hindi pagiging bukas ay magbibigay daan sa pagkakahiwalay at hindi pagkakaintindihan. Sa trabaho, ang mga taong hindi kayang mag-adapt sa mga bagong teknolohiya o mga sistema ng negosyo ay mabilis na matatalo ng mga nakakaalam kung paano gamitin ang mga bagong tool at sistema na magpapadali ng kanilang trabaho.

Ang pagiging flexible ay hindi lamang nangangahulugang ang pagpapalit ng pananaw o ugali. Ibig sabihin nito ay ang kakayahang mag-isip ng malikhain, lumikha ng mga bagong solusyon, at magpatuloy sa pagpapabuti sa kabila ng mga pagsubok. Ang pagbabago ay isang patuloy na proseso, at ang pagiging handa sa mga pagbabago ay nagbibigay ng kalamangan sa lahat ng aspeto ng buhay.

Mahalaga ring tandaan na ang pagbabago ay hindi palaging madali. Maraming tao ang natatakot sa hindi alam at mas pinipiling manatili sa kanilang comfort zone. Subalit, ang mga taong hindi natatakot magbago ay nakakaranas ng mas maraming pagkakataon at tagumpay sa buhay. Sila ay hindi natatakot mag-eksperimento at magkamali, kaya't sila ay natututo at patuloy na nag-iimprove. Ang kakayahang magbago at mag-adjust sa mga bagong sitwasyon ay nagbibigay sa kanila ng lakas na hindi kayang bigyan ng sinuman.

Sa huli, ang pagsunod sa Batas 6 ay hindi lamang tungkol sa pagiging open-minded. Ito ay tungkol sa pagiging isang aktibong kalahok sa patuloy na paggalaw ng mundo at mga pagkakataon. Hindi mo kayang makontrol ang lahat ng nangyayari sa iyong paligid, ngunit kaya mong kontrolin kung paano ka mag-arespond sa mga ito. Ang pagtanggap ng pagbabago, pagpapalawak ng iyong kaalaman, at pagsasanay ng iyong kakayahan sa bagong mga ideya at teknolohiya ay magbibigay sa iyo ng matatag na posisyon sa harap ng mga hamon ng buhay. Kapag ikaw ay mabilis mag-adjust, ikaw ang magiging may hawak ng kapangyarihan, at ikaw ang magiging makapangyarihan sa kabila ng mabilis na pagbabago ng mundo.

Batas 7: Ang Emosyon ay Isang Sandata—Gamitin o Iwasan Ito

"Ang emosyon ay maaaring maging isang malakas na sandata sa laro ng kapangyarihan. Ang mga taong marunong gumamit ng emosyon ng iba—takot, galit, awa, o kasiyahan—ay may kakayahang manipulahin ang kanilang desisyon. Ngunit, ang mga mahina sa larangang ito ay maaaring magamit laban sa kanila. Matutong kontrolin ang iyong emosyon at huwag hayaang ito ang magdikta sa iyong mga kilos."

Ang emosyon ay isang makapangyarihang sandata na madalas hindi napapansin o ginagamit ng mga tao sa laro ng kapangyarihan. Habang madalas nating iniiwasan ang pakiramdam ng emosyonal na kontrol, ang katotohanan ay, ang mga taong may kakayahang mag-manipula ng emosyon ng iba ay may malalim na impluwensya. Ang takot, galit, awa, at kasiyahan ay mga emosyon na maaari mong gamitin upang makuha ang iyong layunin—ngunit maaari din itong magamit laban sa iyo kung hindi mo ito kontrolado.

Ang takot, halimbawa, ay isang napakalakas na emosyon. Kapag ang isang tao ay natatakot, nawawala ang kanilang lohikal na pag-iisip, at madalas nilang ginagawa ang mga desisyon na hindi ayon sa kanilang tunay na kagustuhan o pangangailangan. Sa ganitong mga pagkakataon, ang isang tao na marunong mag-manipula ng takot ay may kakayahang itulak ang iba sa direksyon na kanilang nais. Isang klasikong halimbawa nito ay ang mga pulitiko o lider na gumagamit ng takot upang makuha ang suporta ng mga tao. Ang pagpapakalat ng takot tungkol sa mga kalaban o mga panganib ay isang taktika upang makuha ang boto ng mga tao, kahit na ang mga takot na ito ay maaaring hindi talaga makatotohanan.

Samantalang ang galit ay isang emosyon na maaaring maging sandata upang pasiglahin ang pagkilos ng iba. Ang galit ay kadalasang nagiging sanhi ng mga biglaang reaksyon, at maaari itong magamit upang pukawin ang mga tao sa pagkilos, magsanib-puwersa laban sa isang karaniwang kalaban, o magdulot ng mga radical na desisyon. Gayunpaman, ang galit ay maaari ding maging isang mahirap kontrolin na emosyon, at ang hindi wastong paggamit nito ay maaaring magdulot ng hindi kanais-nais na epekto, tulad ng pagkawala ng kredibilidad o pagsisira ng mga relasyon.

Samantalang ang awa at kasiyahan ay emosyon na kadalasang ginagamit upang makuha ang simpatiya ng iba. Ang pagpapakita ng pagkakaroon ng malasakit at pag-unawa ay nakakapagpatibay ng koneksyon at nakakapagpagaan ng loob ng mga tao. Kung alam mong gamitin ang awa, maaari kang magpakita ng mga malupit na pangyayari sa buhay, na magdudulot sa mga tao ng pakiramdam ng obligasyon na tumulong o magbigay ng suporta. Gayunpaman, ang pagpapakita ng labis na pagkalugmok o pagiging emosyonal ay maaari ring magdulot ng pananabik o pagmumukhang mahina, kaya't mahalaga ang pagkakaroon ng tamang balanse. Kung gagamitin mo ito nang matalino, maaari mong mapalakas ang iyong koneksyon sa iba, ngunit dapat mong iwasan ang pagpapakita ng kahinaan na magagamit laban sa iyo.

Ang isang mahalagang aspeto ng batas na ito ay ang kontrol sa iyong sariling emosyon. Ang mga tao na hindi makontrol ang kanilang emosyon ay madaling mapaglaruan ng iba. Halimbawa, kung ikaw ay madaling magalit, madalas kang matutukso na gumawa ng mga desisyon sa sobrang galit na hindi mo kayang bawiin. Ang hindi pagkontrol sa emosyon ay maaaring magbigay sa ibang tao ng pagkakataon na manipulahin ka, i-drive ka sa isang emosyonal na reaksyon, o gawing mahina ang iyong posisyon sa anumang sitwasyon.

Ang sinumang marunong mag-control ng kanilang emosyon ay may kakayahang mag-isip ng mas malinaw at makapag-desisyon ng mas matalino. Kapag napanatili mong kalmado at tapat sa iyong mga layunin, mas madali mong magagampanan ang mga estratehiya na may mas malalim na epekto. Hindi mo kailangang laging magpakita ng emosyon upang magtagumpay sa laro ng kapangyarihan—sa katunayan, madalas ang mga taong hindi nagpapakita ng labis na emosyon ay nagiging mas makapangyarihan dahil nagiging mahirap silang manipulahin at madali silang hindi mapapaikut-ikot ng mga pagtatangka sa emosyonal na pag-manipula.

Sa mga sitwasyon ng negosasyon, halimbawa, kung ang iyong kalaban ay nakakaramdam ng galit o takot, maaari mong gamitin ang mga emosyon na ito upang humubog ng desisyon pabor sa iyo. Ang pagpapakita ng kontrol sa iyong emosyon ay maaaring magbigay sa iyo ng isang positibong posisyon, at pagpapakita ng iyong kalmado at tiwala ay nagbibigay ng mensahe na ikaw ay isang taong hindi basta-basta pinapalakas ng mga emosyonal na pangyayari.

Sa kabilang banda, kung ang mga emosyon ay hindi kontrolado o nagamit nang mali, maaari itong maging sanhi ng pagkatalo. Ang pagpapakita ng sobrang galit o takot ay hindi lamang nakakabawas ng iyong kredibilidad, kundi maaari ring magbukas ng pagkakataon para sa iba na magtakda ng mas mapanlinlang na diskarte laban sa iyo. Ang paggawa ng mga desisyon base sa galit o emosyon ay kadalasang nagiging impulsive, at kadalasan ay nagdudulot ng hindi magagandang resulta.

Sa huli, ang emosyon ay isang sandata na kailangang gamitin nang maingat at may tamang timing. Kung marunong kang mag-manipula ng emosyon ng iba at kontrolin ang iyong sariling emosyon, magiging makapangyarihan ka sa anumang sitwasyon. Subalit, kung magpapadala ka sa mga emosyon, ikaw ay magiging bulnerable sa mga diskarte ng iba na gumagamit ng emosyon upang kontrolin ka. Matutong gamitin ang emosyon upang makuha ang iyong layunin, ngunit huwag hayaan na ito ay maging dahilan ng iyong pagkatalo.

Batas 8: Maging Mahinahon, Ngunit Maging Mapanganib Kapag Kinakailangan

"Ang mga taong may tunay na kapangyarihan ay hindi madaling magpatalo sa kanilang damdamin. Nguni t, sa sandaling kinakailangan, dapat nilang ipakita ang kanilang kakayahan upang ipagtanggol ang kanilang posisyon. Huwag laging ipakita ang iyong lakas, nguni t tiyaking alam ng iba na may kakayahan kang lumaban kapag kinakailangan."

Ang kapangyarihan ay hindi laging makikita sa malalakas na pag-aksyon o sa mga hayag napagpapakita ng lakas. Sa katunayan, ang mga taong may tunay na kapangyarihan ay kadalasang hindi ipinapakita ang kanilang lakas ng madalas. Sila ay maingat sa kanilang mga galaw, at nagiging mahinahon at kalmado sa karamihan ng mga sitwasyon. Gayunpaman, ang kakayahan na maging mapanganib at ipagtanggol ang iyong posisyon kapag kinakailangan ay isang mahalagang aspeto ng tunay na kapangyarihan.

Sa laro ng kapangyarihan, ang pagpapakita ng labis na lakas o agresyon ay madalas na magdudulot ng takot o galit mula sa iba. Ang mga taong patuloy na ipinapakita ang kanilang lakas ay maaaring magmukhang mahina o mapilit, at maaari itong magdulot ng mga hindi inaasahang reaksyon mula sa iba. Mas epektibo ang isang diskarte kung ito ay itinaguyod nang mahinahon at tapat, na hindi ipinapakita ang tunay na kapasidad ng isang tao upang labanan. Ang layunin ay hindi magmukhang palaging naghahanap ng away, ngunit tiyakin na ang mga tao ay may respeto at takot sa iyong kakayahan na lumaban kapag kinakailangan.

Ang pagiging mahinahon ay nagpapakita ng self-control, isang mahalagang katangian na nagpapalakas sa iyong posisyon. Kapag ikaw ay mahinahon, ipinapakita mo na ikaw ay may kakayahan upang mag-isip ng malinaw at magdesisyon nang matalino. Sa mga sitwasyong puno ng emosyon, tulad ng mga negosasyon o hidwaan, ang mga taong kalmado at hindi magpapadala sa mga impulsibong reaksyon ay mas nakakakuha ng respeto. Ang mga desisyon na hindi naiimpluwensyahan ng emosyon ay kadalasang nagiging mas makatarungan at mas epektibo. Kung kaya mong manatiling kalmado sa harap ng stress o tensyon, mas malaki ang pagkakataon na ikaw ay magiging matagumpay sa anumang aspeto ng kapangyarihan.

Gayunpaman, hindi ibig sabihin na ang pagiging mahinahon ay nangangahulugang pagpapakita ng kahinaan. May mga pagkakataon kung saan kinakailangan mong ipakita ang iyong lakas, ngunit ang paraan ng pagpapakita nito ay isang malupit na estratehiya. Hindi mo kailangan ipakita ang iyong lakas o agresyon maliban na lamang kung ito ay tunay na kinakailangan. Sa mga pagkakataong iyon, ang pagpapakita ng iyong kakayahan na lumaban ay isang paraan upang ipaalam sa iba na hindi ka madaling matitinag. Ang mga taong may tunay na kapangyarihan ay hindi natatakot na magpakita ng lakas kapag kinakailangan, ngunit alam nilang maghintay hanggang sa tamang pagkakataon.

Ang pinakamagandang paraan upang maipakita ang iyong lakas ay hindi sa pamamagitan ng mga pabigla-biglang galit o pwersahang pagkilos, kundi sa pamamagitan ng isang malinaw at maingat na aksyon na magpapaalala sa iba na ikaw ay hindi basta-basta papayag na mapagsamantalahan. Kapag ang isang tao ay may reputasyon na hindi natatakot lumaban kapag kinakailangan, may likas na takot ang iba na magtangka sa kanilang posisyon. Ang ganitong takot ay isang uri ng respeto na pinapalakas ang iyong posisyon nang hindi mo kinakailangang magpakita ng sobrang lakas o agresyon sa araw-araw.

Halimbawa, sa isang negosyo, ang isang lider na laging kalmado at mahinahon sa araw-araw ay nagpapakita ng matibay na kapasidad na pamahalaan ang mga hamon. Ngunit sa mga kritikal na pagkakataon, tulad ng mga sitwasyon ng krisis, ipapakita nila ang kanilang kakayahang gumawa ng mahahalagang desisyon at ipagtanggol ang kanilang negosyo o mga prinsipyo. Kung palaging nagpapakita ng lakas, baka mawalan ng natural na paggalang ang ibang tao dahil ito ay magiging tila normal at hindi na nakaka-impress. Ngunit kapag ang lakas ay ipinamamalas lamang kapag kinakailangan, nagiging mas epektibo ito, at binibigyan nito ng higit na bigat ang bawat hakbang na ginagawa mo.

Kaya't ang tunay na kapangyarihan ay hindi laging nakatago sa pagpapakita ng lakas. Ito ay nasa iyong kakayahan upang magpatahimik, manatiling kalmado, at malaman kung kailan at paano magpakita ng kapangyarihan kapag ang pagkakataon ay dumating. Kung alam ng mga tao na ikaw ay may kakayahang lumaban, ngunit pipiliin mong hindi magpakita ng lakas maliban kung kinakailangan, mapapalakas ang iyong posisyon at magdudulot ng respeto mula sa mga tao sa iyong paligid.

Batas 9: Huwag Mong Hayaan ang Iba na Hulaan Ka

"Kapag ang isang tao ay mahirap basahin, mas nagiging makapangyarihan siya. Ang pagiging mahulaan ay nagpapahina sa iyong impluwensya. Ang mga taong hindi sigurado sa iyong susunod na kilos ay magiging maingat at hindi agad lalaban sa iyo. Maging hindi mahulaan at gamitin ito sa iyong kalamangan."

Isa sa mga pinakamalupit na estratehiya sa pagkuha at pagpapanatili ng kapangyarihan ay ang pagiging hindi mahulaan. Kapag ang mga tao ay hindi sigurado sa iyong mga intensyon o galaw, mas magiging maingat sila sa paglapit sa iyo, at mas magiging mabigat ang epekto ng bawat hakbang na gagawin mo. Ang pagiging predictable—o madaling mahulaan—ay nagpapahina sa iyong posisyon at nagpapalakas sa ibang tao. Sa halip, dapat mong panatilihing misteryoso ang iyong mga layunin at kilos upang patuloy kang magkaroon ng kapangyarihan at impluwensya.

Ang tao na madaling mahulaan ay nagiging isang bukas na libro. Kapag alam na ng mga tao kung anong gagawin mo, paano ka magre-react, at kung ano ang iyong mga susunod na hakbang, nagiging madali para sa kanila na makapagplano ng mga hakbang na makikinabang sila, kaya't nawawala ang iyong kakayahan na magmanipula o mangyari ang mga bagay ayon sa iyong kagustuhan. Halimbawa, kung ikaw ay laging predictable, maaaring gamitin ng mga kalaban mo ang iyong mga kilos at desisyon laban sa iyo, pinapalakas ang kanilang posisyon at pinahihina ang iyong impluwensya. Ang mga tao ay magkakaroon ng tiwala na alam nila kung anong mangyayari, kaya't magiging komportable silang lumaban o gumawa ng mga hakbang na maglalagay sa iyong posisyon sa panganib.

Sa kabilang banda, ang isang tao na mahirap basahin ay hindi binibigyan ng pagkakataon ang iba na magsagawa ng mga hakbang laban sa kanya. Kapag ang iyong mga intensyon at kilos ay hindi malinaw, magiging mahirap para sa iba na gumawa ng estratehiya o magplano laban sa iyo. Minsan, ang pinakamagandang estratehiya ay hindi ang pagpapakita ng lahat ng iyong mga baraha, kundi ang pagtatago ng ilan sa mga ito. Kung ang ibang tao ay hindi sigurado kung anong susunod na hakbang ang gagawin mo, mag-iisip sila ng maraming beses bago magdesisyon ng anumang aksyon na maaaring maglagay sa kanila sa panganib.

Ang hindi pagiging mahulaan ay hindi lamang tungkol sa pagiging misteryoso sa iyong mga galaw, kundi pati na rin sa iyong emosyonal na reaksyon. Halimbawa, kung ang isang tao ay palaging predictable sa kanilang emosyonal na reaksyon—palaging galit, malungkot, o masaya sa mga partikular na sitwasyon—maaaring magamit ito laban sa kanila. Sa kabaligtaran, ang mga hindi madaling basahin na tao ay nagpapakita ng kontrol sa kanilang emosyon at reaksyon. Hindi nila ipapakita agad ang kanilang mga nararamdaman o intensyon, kaya't mas mahirap manipulahin ang kanilang mga kilos.

Ang pagiging hindi mahulaan ay isang uri ng kapangyarihan na hindi nakikita agad, ngunit may malalim na epekto sa mga desisyon ng ibang tao. Ang mga kalaban o kasosyo ay hindi magtutulungan upang planuhin ang iyong kabiguan kung hindi nila alam kung paano ka magre-react o kung anong direksyon ang tatahakin mo. Ang kakayahang manatiling hindi mahulaan ay nag-aambag sa iyong kredibilidad at ang iyong awtoridad na magtakda ng mga kondisyon sa iyong paligid.

Gayunpaman, mahalagang maging maingat na hindi maging sobra-sobra sa pagiging misteryoso. Kung palagi mong ipinapakita na hindi ka mahulaan, maaaring magdulot ito ng kalituhan at hindi pagkakaintindihan. Minsan, kailangan ding magbigay ng ilang indikasyon ng iyong mga layunin upang hindi magmukhang sobrang malayo o hindi tapat. Ang susi ay ang pagiging mahirap basahin sa tamang antas—hindi ipakita ang lahat ng iyong mga plano at intensyon, ngunit sapat na indikasyon na ikaw ay may kontrol sa sitwasyon at hindi madaling mahulaan.

Sa huli, ang pagpapakita ng hindi pagkakaintindihan sa iyong mga susunod na galaw ay nagbibigay sa iyo ng kalamangan. Ang mga tao ay mas magiging maingat at magdadalawang isip bago ka hamunin o magtangka ng anumang hakbang laban sa iyong kapangyarihan. Ang pagiging hindi mahulaan ay nagpapalakas ng iyong posisyon, at ang mga tao ay magiging mas magalang at mag-iingat sa kanilang hakbang, na nagbibigay sa iyo ng kakayahan upang magmanipula ng mga sitwasyon nang walang kahirap-hirap.

Batas 10: Ang Kaaway ay Mas Mahina Kapag Siya ay Kumbinsidong Siya ay Malakas

"Ang pinakamagaling na estratehiya upang talunin ang isang kalaban ay hayaan siyang maniwala na siya ang nasa itaas. Ang mga taong labis ang kumpiyansa ay madalas na hindi nakikita ang mga panganib sa paligid nila. Gamitin ito upang himukin silang gumawa ng mga pagkakamali na magdadala sa kanilang pagbagsak."

Isa sa mga pinaka-epektibong estratehiya sa laro ng kapangyarihan ay ang pagbibigay sa iyong kaaway ng maling pakiramdam ng seguridad at lakas. Kapag ang isang tao ay kumbinsido na siya ay nasa tuktok ng kapangyarihan, nagiging bulag siya sa mga panganib at pagkakataon na maaaring magdulot ng kanyang pagkatalo. Ang pagiging sobra sa kumpiyansa ay isang mahina at madaling pagsasamantalahan na punto sa isang tao, at ito ang pagkakataon mo upang gawin silang magkamali at pabagsakin ang kanilang posisyon.

Ang mga tao na may sobrang kumpiyansa ay madalas nagiging pabaya sa kanilang mga desisyon at kilos. Iniisip nila na walang makakapigil sa kanila at ang lahat ay kanilang kontrolado, kaya't hindi nila nakikita ang mga posibleng panganib o kahinaan sa kanilang sitwasyon. Sa halip na laging magtago at magplano laban sa kanila, maaari mong payagan silang magtulungan upang mapagtanto nila na sila ay tila walang takot at malakas. Sa ganitong paraan, bibigyan mo sila ng pakiramdam ng tagumpay, at maaari mong magamit ito upang iwasan ang kanilang mga depensa at pagsamantalahan ang kanilang mga kahinaan.

Ang sobrang kumpiyansa ay nagiging sanhi ng mga pagkakamali. Ang mga taong nakakaramdam ng lakas ay kadalasang hindi na nag-iisip ng mga hakbang upang maprotektahan ang kanilang posisyon. Huwag agad mag-atake; sa halip, maghintay at obserbahan kung paano magbubukas ang mga pagkakataon. Kapag ang iyong kalaban ay pakiramdam ay tagumpay na, maaari silang magtangka ng labis-labis na hakbang na maaaring magdala sa kanila sa kanilang sariling pagkatalo. Halimbawa, maaaring magmadali silang maglunsad ng mga hakbang na hindi pa handa, o maging pabaya sa mga aspeto ng kanilang plano, dahil iniisip nila na hindi sila matitinag. Dito mo magagamit ang kanilang mga pagkakamali upang mabilis silang talunin.

Ang isang magandang halimbawa ng estratehiyang ito ay ang paggamit ng "reverse psychology" o pagpapalakas sa ego ng iyong kaaway. Maaari mong gawing bahagi ng iyong estratehiya ang pagpapakita ng respeto at pagpapalakas ng kanilang tiwala sa sarili. Kapag pinapakita mo na pinapahalagahan mo ang kanilang kakayahan, pinapalakas mo ang kanilang pakiramdam ng pagiging hindi matitinag. Ngunit, sa ganitong mga pagkakataon, kailangan mong magtago ng iyong tunay na layunin at magplano ng mga hakbang na magsasamantala sa kanilang sobrang kumpiyansa.

Sa ganitong paraan, ang iyong kalaban ay magiging sobrang tiwala at magpapakita ng kakulangan sa pagbabantay sa mga detalye. Maaari mo silang pasukin sa mga aspeto ng kanilang plano na hindi nila nakikita o inaasahan, na magdudulot ng kanilang pagkatalo. Mahalaga ang pagkakaroon ng disiplina at pasensya sa paggamit ng estratehiyang ito. Hindi mo kailangang madaliin ang iyong pagkatalo sa kanila, at maaari mong hayaan silang lumubog sa kanilang sariling pagkakamali.

Sa huli, ang pagtataguyod ng maling pakiramdam ng lakas at seguridad sa iyong kaaway ay isang mahusay na taktika upang gawin silang mas mahina. Ang kanilang sobrang kumpiyansa ay magdudulot ng mga pagkakamali at pagkakataon para ikaw ay magtagumpay. Kaya't laging tandaan, ang pinakamabisang paraan upang talunin ang iyong kalaban ay hindi ang paggamit ng lakas o agarang pag-atake, kundi ang pagpapalakas ng kanilang pagkilos sa maling direksyon—sa isang direksyong magdadala sa kanila sa kanilang sariling pagkatalo.

Batas 11: Lumikha ng Misteryo sa Iyong Pagkatao

"Ang kawalan ng prediksyon sa iyong kilos ay nagbibigay sa iyo ng kontrol. Kapag hindi alam ng iba kung ano ang susunod mong gagawin, nagiging mas maingat sila sa pakikitungo sa iyo. Ang mga taong may misteryong pagkatao ay nagkakaroon ng natural na kapangyarihan sa iba."

Ang misteryo ay isang makapangyarihang sandata sa laro ng kapangyarihan. Ang mga tao ay may likas na pagnanasa na maunawaan at kontrolin ang kanilang paligid, at ang isang indibidwal na mahirap basahin o malaman ang motibo ay nagiging isang mapanganib na pwersa. Ang kawalan ng kalinawan sa iyong mga layunin at kilos ay nagiging isang uri ng proteksyon at kapangyarihan. Kapag hindi inaasahan ang iyong mga hakbang, ang mga tao ay nagiging mag-ingat sa pakikitungo sa iyo, at sa ganitong paraan, pinapalakas mo ang iyong impluwensya.

Ang misteryo ay hindi tungkol sa pagiging tahimik o mahirap makipag-usap; ito ay tungkol sa pagkakaroon ng mga hakbang na mahirap hulaan at mga desisyon na mahirap pagtuunan ng pansin. Kung ikaw ay laging predictable—kapag alam ng iba kung ano ang susunod mong gagawin—madali kang mapapalitan at madadala. Ngunit, kapag pinili mong hindi agad ipakita ang iyong intensyon at pakikisalamuha, ang iyong presensya ay nagiging mas makapangyarihan. Ang mga tao ay hindi nakapaghahanda nang maayos kung hindi nila alam kung ano ang susunod mong hakbang, at kapag sila ay hindi sigurado kung paano ka kumilos, nagiging mag-ingat sila sa kanilang mga kilos at desisyon.

Ang misteryo ay hindi kailangang magmukhang paligoy-ligoy o labis na lihim. Minsan, ito ay nakasalalay lamang sa hindi pagpapakita ng lahat ng iyong mga layunin at motibo. Kung ikaw ay may proyekto, halimbawa, maaari mong iwasan ang pagbibigay ng buong detalye tungkol sa iyong susunod na hakbang o desisyon. Sa pamamagitan nito, ang mga tao ay magkakaroon ng mga tanong at magbibigay ng mas maraming espasyo para sa iyong mga ideya at plano na hindi agad matutukoy.

Halimbawa, sa isang negosasyon o business deal, hindi mo kailangang ipakita agad kung anong direksyon ka pupunta. Ang pagpapakita ng mga maliit na piraso ng impormasyon at hindi pagbibigay ng lahat ng detalye sa unang pagkakataon ay nagiging isang uri ng control. Ang misteryo sa iyong pagkilos ay nagtutulak sa iyong mga kausap o kalaban na mag-isip ng maraming posibilidad, at pinipilit nilang i-assume kung ano ang iyong layunin. Sa halip na magmadali at ipakita ang iyong plano, ang pagpapakita ng kaunting impormasyon at pagkakaroon ng "kakulangan ng kasiguraduhan" ay nagpapanatili sa kanila sa estado ng hindi pagkakasiguro.

Ang pinakamagandang halimbawa ng misteryo sa isang tao ay ang pagkakaroon ng mga hindi inaasahang desisyon o pagkilos. Kung mag-iisip ang mga tao na ikaw ay isang tao na may nakatagong agenda o hindi agad magpapakita ng lahat ng iyong hangarin, magkakaroon sila ng takot na magsagawa ng hakbang laban sa iyo. Hindi nila magagampanan ng maayos ang kanilang plano kung patuloy silang magdadalawang-isip at maghahanap ng mga pagkakataon na maaaring makuha ka.

Ang ganitong diskarte ay hindi kailangang magmukhang sinister o masama. Maaaring magsimula ito sa simpleng paggawa ng mga bagay na hindi nila inaasahan—mga desisyon o kilos na hindi agad maipaliwanag. Sa ganitong paraan, ikaw ay nagpapaalala sa mga tao na ikaw ay may kakayahang magbago ng direksyon at magdesisyon nang hindi nila alam kung ano ang mangyayari. Ang mga ganitong uri ng kilos ay nagdudulot ng pagka-curious at pag-iingat sa iba, at sa isang mundo kung saan ang mga tao ay palaging gustong malaman kung anong susunod, ang pagiging misteryoso ay nagiging isang malakas na pwersa.

Sa wakas, ang misteryo ay isang proteksyon at isang porma ng kapangyarihan. Ang iyong kakayahang lumikha ng hindi tiyak na kapaligiran sa iyong paligid ay nagbibigay sa iyo ng kalamangan. Kapag ang iyong bawat hakbang ay mahirap hulaan, nagiging mas malakas ka at ang iyong presensya ay nagiging isang bagay na hindi dapat bale-walain. Ang misteryo ay isang natural na kasangkapan sa pagpapalakas ng iyong posisyon sa anumang laro ng kapangyarihan.

Batas 12: Ang Kapangyarihan ay Para sa Matyaga

"Walang tunay na kapangyarihan ang nakukuha nang mabilisan. Ang mga matatag at matyagang tao ang siyang nananatili sa tuktok. Ang sinumang masyadong mabilis na umangat ay madalas ding bumagsak nang mabilis. Dapat mong isipin ang pangmatagalang estratehiya at hindi lamang ang pansamantalang tagumpay."

Ang tunay na kapangyarihan ay hindi makakamtan sa mabilisang pag-angat o sa mga pansamantalang tagumpay. Ang kapangyarihan na tumatagal ay nakasalalay sa pagiging matiyaga, matatag, at handang magsakripisyo para sa pangmatagalang layunin. Ang mga taong nagmamadali upang makuha ang tagumpay ay madalas na bumabagsak nang mabilis, dahil ang kanilang pundasyon ay mahina at walang sapat na suporta upang magsustento ng kanilang tagumpay. Ang mga matyagang tao, sa kabilang banda, ay nakakapagbuo ng mga estratehiya na hindi lamang nakatuon sa mga panandaliang resulta, kundi sa matibay na progreso na magbibigay sa kanila ng kapangyarihan sa paglipas ng panahon.

Ang pagiging matiyaga ay nangangahulugang hindi ka maghahanap ng madaling daan o shortcut patungo sa tagumpay. Sa halip, magpaplano ka nang maayos at maghihintay ng tamang pagkakataon upang gumawa ng mga hakbang na magpapalakas ng iyong posisyon. Ang mga mabilis na pag-angat o hindi maingat na desisyon ay kadalasang nagiging sanhi ng pagkatalo dahil hindi mo nabigyan ng sapat na oras upang matutunan ang mga mahahalagang aspeto ng iyong landas. Kung mabilis kang umaangat nang walang tamang pundasyon, madali kang magiging target ng mga kalaban o ng mga taong nais pabagsakin ka. Kapag hindi ka handa at hindi pa naaayos ang iyong estratehiya, ang iyong tagumpay ay madalas na magiging panandalian lamang.

Sa mga laro ng kapangyarihan—lalo na sa mga negosyo, pulitika, at mga relasyon—ang pinakamahalaga ay ang kakayahang maghintay at magplano para sa hinaharap. Kung ang isang tao ay madaling mabigo sa unang pagsubok, ito ay nagpapakita na wala siyang sapat na preparasyon at hindi niya naisip ang pangmatagalang estratehiya. Sa kabilang banda, ang mga taong matiyaga at maingat sa kanilang mga hakbang ay nakakapaglatag ng isang matibay na plano na hindi madaling masira. Ang ganitong uri ng indibidwal ay nakatutok sa pagpapatibay ng kanilang posisyon at sa pagbibigay ng halaga sa bawat hakbang patungo sa kanilang pangmatagalang layunin.

Ang matiyagang pagpapalago ng kapangyarihan ay nangangailangan ng pag-unawa sa mga risko at pagkakaroon ng kakayahang mag-adjust. Sa bawat hakbang na iyong ginagawa, natututo ka at lumalakas ang iyong impluwensya. Hindi ka magmamadali upang mapansin o makuha ang iyong mga layunin agad. Sa halip, nagsusumikap ka upang maglatag ng mga plano na magpapalakas sa iyo sa mga darating na taon. Minsan, ang tamang hakbang ay ang maghintay at sumubok muli, kahit na ang ibang tao ay mukhang mabilis na umaangat.

Bilang halimbawa, sa negosyo, ang mga matagumpay na negosyante ay hindi laging nakakuha ng kanilang tagumpay sa isang mabilis na hakbang. Kadalasan, nagsimula sila sa mga maliit na hakbang at ipinagpatuloy ang kanilang pagpapabuti sa kanilang produkto o serbisyo. Sa paglipas ng panahon, habang pinapalakas nila ang kanilang tatak at nakakakita ng mga bagong pagkakataon, sila ay nagiging mga pinuno sa kanilang industriya.

Ang matiyaga at long-term thinking ay nagbibigay sa iyo ng kontrol sa iyong kapalaran. Kung ikaw ay makikinig lamang sa mga sigaw ng mabilisang tagumpay, maaari kang mawalan ng pagkakataon na magtayo ng matibay na pundasyon para sa pangmatagalan. Gayundin, ang mga nakapagtaguyod ng kanilang kapangyarihan sa pamamagitan ng maingat na pagpaplano at matiyagang paggawa ng mga hakbang ay mas may kakayahan na manatili sa tuktok, at kapag dumating ang oras, sila ang magtataglay ng hindi matitinag na posisyon.

Batas 13: Ang Pag-aalaga sa Imahen ay Pag-aalaga sa Kapangyarihan

"Ang imahe o reputasyon ay may kapangyarihan na hindi nakikita. Iwasan ang anumang uri ng pagkatalo na maaaring makasira sa iyong pangalan. Lumikha at mag-maintain ng isang malinis at positibong imahe na magsusustento ng iyong posisyon sa mata ng publiko. Ang mga may kapangyarihan ay marunong kontrolin ang kanilang imahe at ginagamit nila ito upang palakasin ang kanilang impluwensya."

Ang imahe o reputasyon ng isang tao ay may malakas na impluwensya na hindi laging nakikita o napapansin, ngunit may malaking epekto sa kanilang kapangyarihan. Ang mga taong may kapangyarihan ay hindi lamang nagtataglay ng mga konkretong kakayahan o yaman—ang kanilang reputasyon at imahe ay may pantay na halaga sa kanilang posisyon sa lipunan. Sa anumang larangan—pagsasapubliko, negosyo, politika, o personal na relasyon—ang imahe mo ay isang uri ng kayamanang mahirap ipagpalit. Ang maayos na pag-aalaga sa iyong imahe ay maaaring magbigay sa iyo ng patuloy na suporta, tiwala, at respeto mula sa iba, habang ang pagkasira ng iyong reputasyon ay maaaring magdulot ng mabilis na pagbagsak.

Ang mga may kapangyarihan ay bihasa sa pamamahala ng kanilang imahe, sapagkat nauunawaan nila na ang unang impresyon at ang paraan ng kanilang pagpapakita sa mundo ay may malaking epekto sa kanilang tagumpay. Halimbawa, ang mga lider na may hawak na kapangyarihan ay hindi lamang nagtatakda ng mga patakaran—sila rin ay nag-iingat na mapanatili ang isang imahe ng kredibilidad, pagiging makatarungan, at pagiging may malasakit. Ito ay hindi lamang isang pagtatanghal, kundi isang stratehiya na ginagamit upang magpatibay sa kanilang mga desisyon at makuha ang tiwala ng iba.

Sa kabilang banda, ang sinumang hindi maingat sa kanilang imahe ay madaling mawalan ng suporta, lalo na kapag ang mga pagkatalo o pagkakamali ay nakikita ng iba. Ang mga nakatagpo ng mga eskandalo o isyu na sumisira sa kanilang reputasyon ay madalas na nahihirapan magbalik-loob ng publiko o mga kasamahan. Isang halimbawa nito ay ang mga politiko na nalulugmok sa mga kontrobersiya—madalas silang nawawala sa eksena o nakakakita ng pagbagsak sa kanilang karera kahit na may mga tagumpay sa nakaraan, dahil ang kanilang imahe ay nasira.

Ang pag-aalaga sa imahe ay hindi lamang tungkol sa pagpapakita ng pagiging perpekto. Ito ay tungkol sa pagpapakita ng isang imahe na makatarungan, may malasakit, at tapat. Ang mga taong may kapangyarihan ay bihasa sa pagpapakita ng mga katangiang ito sa publiko, habang tinitiyak na hindi sila mawawala sa mata ng mga tao at na ang kanilang pangalan ay patuloy na pinapahalagahan. Sa pamamagitan ng pagtutok sa pagbuo ng tamang imahe, natututo silang magbigay ng nararapat na impression sa kanilang mga tagasuporta at kalaban, isang estratehiya na nag-aalaga sa kanilang kapangyarihan.

Isa sa mga pinakamahusay na halimbawa ng pag-aalaga sa imahe ay ang mga malalaking brand at kumpanya. Hindi lamang sila nagpo-promote ng kanilang mga produkto, kundi nagpapakita sila ng mga mensahe na tumutugma sa kanilang mga halaga—ng pagiging responsable sa kalikasan, pagpapahalaga sa kustomer, at pagtulong sa komunidad. Ang kanilang reputasyon ay nagbibigay sa kanila ng lakas sa merkado at ang kanilang imahe ang nagiging pundasyon ng kanilang tagumpay. Kung mawala ang tiwala ng publiko sa kanila, makikita agad ito sa pagbaba ng benta at pagkawala ng mga kliyente.

Sa personal na antas, ang isang tao na may malinis at positibong imahe ay magkakaroon ng mas maraming pagkakataon—mula sa mga alok sa trabaho, mga koneksyon, at mga relasyon. Ang pangangalaga sa imahe ay hindi nangangahulugang magtago ng iyong mga pagkakamali, kundi ang pagpapakita na ikaw ay responsable at bukas sa paglago at pagpapabuti. Ang bawat hakbang na ginawa mo ay may epekto sa iyong reputasyon. Kaya't mahalaga na laging maging maingat sa iyong mga desisyon at pakikisalamuha sa iba.

Samakatuwid, ang pag-aalaga sa iyong imahe ay hindi lamang tungkol sa pagtatago ng iyong kahinaan o pagiging perpekto, kundi ang pagpapakita ng isang imahe na nagbabalik ng tiwala at respeto sa iyo mula sa iba. Ang isang malinis na imahe ay nagbibigay sa iyo ng hindi nakikitang lakas, na magbibigay daan sa iyo upang mapanatili ang iyong kapangyarihan at impluwensya.

Batas 14: Iwasan ang Pagiging Masyadong Maaasahan

"Maging handa sa lahat ng oras, ngunit huwag hayaang laging umaasa ang iba sa iyong tulong. Ang pagiging palaging present at masyadong maaasahan ay maglalagay sa iyo sa isang posisyon kung saan nawawala ang iyong kapangyarihan. Iwasang madalas magbigay ng tulong, at kapag tumulong ka, siguraduhin mong may layunin ito at hindi ito magagamit laban sa iyo."

Ang pagiging laging handa upang tumulong ay maaaring magmukhang isang magandang katangian, ngunit ito ay may mga hindi nakikitang panganib sa larangan ng kapangyarihan. Kapag ang isang tao ay palaging naaasa ng iba, ito ay nagiging sanhi ng pagkakaroon ng mas mababang antas ng kontrol at kapangyarihan. Kung ikaw ay laging magbibigay ng iyong tulong nang walang kapalit, ang iyong halaga ay maaaring magmukhang mababa sa mata ng ibang tao, at magdudulot ito ng pagkawala ng iyong impluwensya. Ang kapangyarihan ay hindi nasusukat sa kung gaano karaming beses ka tumulong, kundi sa kung paano mo ginagamit ang iyong mga resources at kakayahan upang mapanatili ang iyong posisyon at layunin.

Ang pagiging masyadong maasahan o palaging present ay naglalagay sa iyo sa isang delikadong posisyon. Habang ang mga tao ay nauurong sa iyo para sa tulong, mabilis din nilang nakikita ito bilang isang obligasyon, hindi isang pribilehiyo. Kapag ikaw ay palaging andiyan upang sagutin ang kanilang mga pangangailangan, magkakaroon ka ng hindi balanseng relasyon kung saan ikaw na ang palaging nagbibigay. Hindi mo rin matutulungan ang mga tao nang buo, dahil kung ikaw ay patuloy na umaasa sa paggawa ng mga bagay para sa kanila, nawawala ang kanilang kakayahan na magtagumpay nang mag-isa. Tinatanggal mo ang kanilang pagkakataon upang matutunan ang mga mahahalagang leksyon at magtaglay ng sariling lakas.

Ito rin ay may epekto sa iyong kapangyarihan. Ang isang tao na palaging magagamit ay madalas ding tinitingnan bilang "under control" o hindi kayang magtakda ng sariling hangganan. Hindi ka na magiging isang mahalagang yaman, kundi isang "tool" na ginagamit lamang tuwing kinakailangan. Kapag pinili mong huwag laging magbigay ng tulong, magkakaroon ka ng higit na halaga at awtoridad. Mas magiging makapangyarihan ka kapag ang iyong tulong ay nararapat at may layunin. Kapag ang iba ay hindi laging umaasa sa iyo, matutunan nila ang mga aral na magpapalakas sa kanilang kakayahan at sa huli ay magbibigay sa iyo ng respeto.

Ang isang magandang estratehiya ay ang magbigay ng tulong na hindi palaging magagamit. Sa halip na magbigay ng mga solusyon agad, turuan ang iba kung paano nila malulutas ang kanilang mga problema. Ipakita sa kanila na ikaw ay handang magbigay ng gabay ngunit hindi palaging solusyon. Sa ganitong paraan, ikaw ay nagpapanatili ng iyong posisyon sa kapangyarihan, at ang iyong tulong ay nagiging isang bihirang yaman na hindi palaging inaasahan.

Gayundin, kapag nagdesisyon kang tumulong, gawin ito nang may layunin. Ang bawat aksyon mo ay dapat na may ibig sabihin at hindi basta-basta. Ang pagiging maingat sa iyong mga desisyon at pag-aalaga sa iyong mga galaw ay nagpapakita ng iyong katalinuhan at kontrol sa sitwasyon. Kung tumulong ka, dapat may mga kondisyon o isang layunin na makikinabang ka mula rito—hindi lamang para makuha ang tiwala, kundi para mapanatili rin ang iyong kapangyarihan at posisyon.

Sa madaling salita, huwag maging "too available" sa iba, sapagkat habang ikaw ay magagamit, nawawala ang iyong halaga at awtoridad. Magtakda ng mga hangganan at maging maingat sa kung paano mo ibinabahagi ang iyong oras at kakayahan. Ang tunay na kapangyarihan ay nakasalalay sa pagiging isang misteryo, na hindi palaging naaabot at hindi madaling gamitin.

Batas 15: Ang Katapangan ay Isang Lihim na Sandata

"Ang mga matapang na tao ay kadalasang mas pinapansin, hindi dahil sa lakas nila, kundi dahil sa tapang nilang gumawa ng mga hakbang na hindi kayang gawin ng iba. Ang katapangan ay hindi lang para sa laban, kundi para rin sa pagharap sa mga mahihirap na desisyon. Kapag ipinakita mong handa kang mag-risk at gumawa ng mga hakbang na hindi mo kayang gawin noon, ang ibang tao ay magsisimulang magtiwala at magtangkilik sa iyong kakayahan."

Ang katapangan ay isang mahalagang aspeto ng kapangyarihan, ngunit hindi ito laging nauunawaan nang tama. Maraming tao ang nag-iisip na ang katapangan ay nakikita lamang sa mga malalaking laban at pisikal na pagsubok. Ngunit ang tunay na kahulugan ng katapangan ay hindi laging may kinalaman sa pisikal na lakas, kundi sa kakayahan mong gumawa ng mga hakbang na hindi kayang gawin ng iba—at higit sa lahat, ang kakayahang magdesisyon at mag-take risks sa mga oras ng pagdududa at hirap.

Sa mga sitwasyon ng kapangyarihan, madalas ang mga tao ay natatakot sa mga hindi tiyak na resulta. Kung ikaw ay may katapangan na gumawa ng hakbang na iba ang tinatahak—na hindi batay sa kung anong madali o popular—makikita ng iba ang iyong kakaibang lakas at pananaw. Hindi lahat ng tao ay may kakayahang mag-take risks, at ang mga taong handang gawin ito ay nagiging magaan sa mga mata ng iba, lalo na kung ang resulta ay maganda.

Ang katapangan ay hindi lamang sa mga laban o pisikal na pagsubok. Halimbawa, sa negosyo, ang mga negosyante na may tapang ay hindi natatakot sumubok ng mga bagong modelo ng negosyo o mag-invest sa mga hindi pa tiyak na produkto. Ang mga lider na may tapang ay hindi natatakot magbigay ng mahihirap na desisyon, kahit na may posibilidad ng pagkatalo. Ang mga desisyong ito, kahit na may kasamang panganib, ay nagpapakita ng kanilang lakas sa pagharap sa mga hamon ng buhay at trabaho. Kaya, ang mga tao ay natututo na magtiwala sa kanila dahil alam nilang may kakayahan silang magtagumpay sa gitna ng mga hindi tiyak na sitwasyon.

Ang tunay na tapang ay matutunghayan sa mga desisyong hindi madali at sa mga hakbang na kinukuha ng isang tao na hindi pa nasubukan noon. Kapag ipinamamalas mo ang katapangang ito, hindi lamang ikaw ang nakakakita ng mga posibleng benepisyo, kundi pati na rin ang mga tao sa iyong paligid. Kapag nakikita ng iba na handa kang mag-risk at gawin ang mga bagay na hindi kayang gawin ng karamihan, nagiging inspirasyon ka sa kanila. Ipinapakita nito na ikaw ay may hindi lamang lakas, kundi pananaw at determinasyon upang magtagumpay, kahit sa gitna ng panganib.

Ang katapangan din ay may kapangyarihan na magdulot ng tiwala mula sa iba. Ang mga tao ay nagnanais ng mga lider na hindi natatakot gumawa ng mga mahihirap na desisyon, at ang pagpapakita ng tapang ay isang paraan upang magtaglay ng respeto at tiwala mula sa mga sumusunod sa iyo. Ang mga taong magaling sa pagpapakita ng katapangan ay nagiging natural na lider—hindi dahil sa pagiging malakas nila, kundi dahil sa lakas ng loob nilang makaharap ang mga hamon na hindi kayang harapin ng iba.

Sa madaling salita, ang katapangan ay hindi lamang isang pisikal na kakayahan kundi isang mental at emosyonal na lakas. Ang tapang na hindi matatakot gumawa ng mga hakbang na kakaiba o mag-risk ay nagpapakita ng kakayahan mong mag-lead, magdesisyon, at magpatuloy kahit na may pagdududa sa paligid mo. At dahil dito, ang ibang tao ay magsisimulang magtiwala at sumunod sa iyo, sa pag-aakalang ikaw ay may kakayahang magtagumpay sa kabila ng lahat ng pagsubok.

Batas 16: Maging Makatarungan, Ngunit Hindi Mahinahon

"May kapangyarihan sa pagiging makatarungan at hindi padalos-dalos. Laging timbangin ang iyong mga hakbang at reaksiyon. Ang kakayahang magdesisyon ng makatarungan, at hindi sa emosyon, ay nagpapakita ng iyong mataas na antas ng kontrol at kapangyarihan. Ngunit huwag hayaang mawalan ka ng kalayaan sa paggawa ng mga mahahalagang desisyon dahil sa sobrang pagiging makatarungan."

Ang tunay na kapangyarihan ay makikita sa kakayahang magdesisyon nang makatarungan, ngunit hindi padalos-dalos. Ang pagiging makatarungan ay hindi nangangahulugang ikaw ay palaging magpapakita ng kabaitan o magpaparaya sa lahat ng pagkakataon. Bagkus, ito ay tungkol sa pagbibigay ng tamang hakbang na may malasakit at timbang. Ang pagiging makatarungan ay nagpapakita ng iyong integridad, at ito ay nagbibigay ng respeto sa mga tao sa paligid mo.

Gayunpaman, ang pagiging makatarungan ay hindi nangangahulugang laging kinakailangan mong maging mahinahon o maghintay nang matagal bago kumilos. Ang mabilis na desisyon, na may tamang balanseng katarungan, ay nagpapakita ng iyong lakas at kontrol. Kung ikaw ay palaging nagpapakita ng labis na mahinahon, maaari itong magbigay ng impresyon na ikaw ay indecisive o hindi matatag. Ang mga tao ay maaaring mawalan ng tiwala sa iyong kakayahan na manguna at magdesisyon, kaya't mahalaga na hindi ka mawalan ng kalayaan sa paggawa ng mahahalagang desisyon sa labis na pagsunod sa pagiging makatarungan.

Ang tunay na kapangyarihan ng pagiging makatarungan ay nasa kakayahang itimbang ang mga sitwasyon at gumawa ng desisyon na hindi nakabatay lamang sa emosyon. Ang mga taong palaging padalos-dalos ay karaniwang nahihirapan sa mga sitwasyon na nangangailangan ng tamang pagsusuri. Ang kakayahang magdesisyon nang maingat, ngunit hindi magpatangay sa emosyon ng ibang tao, ay isang tanda ng kontrol at matinding lakas ng loob. Kapag ikaw ay may kakayahan na magdesisyon nang makatarungan, ngunit may kontrol sa iyong emosyon, ipinapakita mo na ikaw ay may kapangyarihan upang hindi hayaan ang sinuman o anumang sitwasyon na mawalan ka ng direksyon.

Mahalaga rin na hindi mo hayaan ang sobrang pagiging makatarungan na magpahina ng iyong kakayahan na magdesisyon at magpatuloy. May mga pagkakataon na ang sobrang pagiging makatarungan ay maaaring magdulot ng kalituhan o magpabagal sa mga hakbang na kailangang gawin. Ang kakayahang gumawa ng desisyon na hindi palaging popular, ngunit makatarungan, ay isang mahalagang aspeto ng pamumuno at kapangyarihan.

Sa huli, ang kapangyarihan ng pagiging makatarungan ay hindi nasusukat sa pagiging mabait o mahinahon, kundi sa kakayahang gumawa ng tamang desisyon sa tamang oras. Huwag hayaang mawalan ka ng pagkakataon o kalayaan sa paggawa ng mahahalagang hakbang dahil lamang sa sobrang pagpapakita ng kabutihan o pagpaparaya. Maging makatarungan, ngunit matutong gumalaw ng mabilis at tiyak kapag kinakailangan.

Batas 17: Walang Permanente sa Kapangyarihan—Laging Maghanda para sa Pagbabago

"Ang kapangyarihan ay hindi permanente. Laging may pagbabago sa mga posisyon at pwersa ng mundo. Dapat kang magplano para sa mga oras ng pagbabago, lumikha ng mga plano B at C. Walang dapat asahan, kundi laging maghanda. Ang pinakamahusay na mga lider ay palaging handa na mawala ang kanilang kapangyarihan at muling magsimula kung kinakailanaan."

Ang kapangyarihan ay likas na pabago-bago at hindi maiiwasan na dumaan sa mga panahon ng pagbabago. Walang posisyon, relasyon, o sistema na permanente—ang lahat ay may limitasyon. Ang mundo ay patuloy na umuunlad at nagbabago, kaya't ang sinuman na umaasa na ang kanilang kapangyarihan ay hindi magbabago ay naglalagay ng kanilang sarili sa panganib. Ang mga hindi handang mag-adjust sa mga pagbabagong ito ay madalas na nahulog sa paglipas ng panahon.

Ang pinakamahusay na mga lider at mga taong may kapangyarihan ay laging may nakahandang plano para sa mga oras ng pagbabago. Hindi sapat ang umaasa na ang kalagayan ay mananatili—dapat mong asahan ang hindi inaasahang at maghanda para sa mga pagbabago. Ipinapakita ng mga matagumpay na lider na ang tunay na lakas ay hindi nakasalalay sa pagpapalakas ng kanilang posisyon o paghawak sa kontrol, kundi sa kanilang kakayahang mag-adjust at magpatuloy, anuman ang mangyari. Sa bawat pagbabago, ang mga matatag na lider ay may plano B, C, at iba pang mga alternatibong hakbang upang matugunan ang mga pagsubok at magpatuloy sa kanilang landas.

Ang kakayahang tanggapin na walang permanente sa kapangyarihan ay nagpapakita ng isang malalim na antas ng katalinuhan at kabigatan ng isip. Ang mga hindi handang tanggapin ang pagbabagong ito ay karaniwang hindi nakapaghahanda sa mga posibleng pagsubok o krisis. Kung ang isang tao ay nagmamagaling na ang kanilang kapangyarihan ay matibay at hindi kayang gumuho, ang ganitong pananaw ay magdudulot ng pagka-bigo sa huli.

Isa sa pinakamahalagang katangian ng isang mahusay na lider ay ang kakayahang mag-isip ng pangmatagalang estratehiya na hindi lamang nakatuon sa kasalukuyang tagumpay, kundi pati na rin sa mga posibleng pag-urong at pagbabago sa hinaharap. Ang mga lider na hindi nakapaghahanda para sa mga oras ng pagbabago ay nagiging mahina kapag dumating ang hindi inaasahang pagsubok.

Magplano para sa pagbabago, lumikha ng mga alternatibong solusyon, at tanggapin na ang anumang posisyon ay pwedeng mawala sa isang iglap. Ang pagiging handa na mawala ang kapangyarihan at magsimula mula sa simula ay nagpapakita ng tunay na lakas at katalinuhan. Huwag umasa na ang kapangyarihan ay magiging permanente—maging handa na mag-adjust at magpatuloy, anuman ang mangyari. Ang pinakamahalagang bahagi ng pagiging makapangyarihan ay ang kakayahang magbago at magsimula muli, anuman ang sitwasyon.

Batas 18: Makipagtulungan, ngunit Laging Maging Tiyak sa Iyong Pagkilos

"Ang kapangyarihan ay madalas ay resulta ng pagtutulungan ng iba, ngunit dapat mong matutunan kung kailan at paano maging isang independyenteng aktor. Ang pagtutulungan ay isang pagkakataon para sa pagpapalawak ng iyong impluwensya, ngunit hindi ito nangangahulugan na isusugal mo ang iyong prinsipyo at layunin sa ibang tao."

Ang kapangyarihan ay hindi laging nakukuha nang mag-isa. Maraming pagkakataon ang nagtutulungan at pagkakaroon ng alyansa upang mapalakas ang iyong posisyon at epekto. Ang pagtutulungan ay isang estratehiya na nagpapahintulot sa iyo na magtamo ng higit pang resources, suporta, at impluwensya. Gayunpaman, hindi ibig sabihin nito na magpapadala ka sa bawat tagubilin o desisyon ng iba. Ang susi sa matagumpay na pagtutulungan ay ang pagkakaroon ng balanseng kontrol sa iyong mga layunin at prinsipyo.

Dapat mong matutunan kung kailan at paano makipagtulungan sa iba nang hindi isinusugal ang iyong sariling direksyon o kapangyarihan. Ang mga taong mahusay makipagtulungan ay hindi lang basta sumusunod sa agos. Sila ay may sariling plano at layunin, at ginagamit ang pagtutulungan upang mapalawak ang kanilang kakayahan at magtagumpay nang mas mabilis. Ang pagiging maligaya at matulungin sa pakikipagtulungan ay hindi nangangahulugang isusumpa mo ang iyong mga prinsipyo o pagpapasya sa ibang tao.

Sa tuwing makikipagtulungan ka, dapat mong tiyakin na ikaw ay may malinaw na hangarin. Tanggalin ang alinlangan at ingatan ang iyong mga desisyon. Kung ang mga layunin ng mga kasama mo sa pagtutulungan ay hindi tugma sa iyo, dapat mong maging matalino at magkaroon ng kapasidad na mag-isip nang maayos. Ang pagiging masyadong nakasalalay sa iba ay maaaring magbigay sa kanila ng lakas upang i-manipula ka. Ang pagtutulungan ay hindi pagkakaroon ng walang kondisyon na pag-sang-ayon sa lahat ng desisyon ng ibang tao—bagkus, ito ay isang pagkakataon na palakasin ang iyong posisyon habang patuloy na isinusulong ang iyong sariling mga layunin.

Maging mapanuri at laging alamin kung ang pakikipagtulungan ay nakikinabang sa iyong personal na interes at hindi lang sa iba. Ang pagtutulungan ay maaaring magbigay sa iyo ng mga benepisyo at resources na hindi mo makakamtan nang mag-isa, ngunit hindi mo dapat hayaang mawalan ka ng iyong kalayaan sa paggawa ng mga mahahalagang desisyon.

Laging maging tiyak sa iyong mga hakbang, kahit na nasa isang pagtutulungan ka. Huwag magpadala sa impluwensiya ng ibang tao kung ito ay maglalagay sa iyo sa posisyon ng pagkatalo o magpapahina sa iyong kontrol. Kung natutunan mong gamitin ang pagtutulungan upang palakasin ang iyong impluwensya at posisyon, at hindi mawalan ng iyong sariling direksyon, magiging mas matagumpay ka sa pagkuha ng kapangyarihan at pagpapalakas ng iyong posisyon.

Batas 19: Ang Pagtago ng Iyong Mga Layunin ay Nagbibigay Lakas

"Ang pagtatago ng iyong tunay na layunin mula sa iba ay isang matalinong hakbang sa pagkuha ng kapangyarihan. Huwag ipakita ang lahat ng iyong plano sa lahat ng oras. Ang hindi pagpapahayag ng lahat ng iyong layunin ay nagbibigay sa iyo ng kalamangan, na hindi madali makikita ng iyong kalaban."

Isa sa mga pinaka-epektibong estratehiya sa pagkuha ng kapangyarihan ay ang pagtatago ng iyong tunay na layunin mula sa iba. Ang mga malupit na lider at makapangyarihang tao ay bihirang ipinapakita ang buong plano nila, at sa katunayan, hindi nila kailanman ipinapahayag ang lahat ng kanilang intensyon. Ang hindi pagiging ganap na transparent o pagpapakita ng lahat ng iyong mga layunin ay hindi lamang isang taktika sa pag-iwas sa mga sagabal, kundi isang matalinong hakbang upang mapanatili ang iyong kalamangan sa mga kaaway.

Kapag ipinapakita mo ang iyong tunay na layunin o intensyon, binibigyan mo ang iba ng pagkakataon na manipulahin ka o pagsabayan ang iyong mga hakbang. Ang mga kaaway na alam ang iyong plano ay magkakaroon ng oras upang magplano ng mga hakbang upang pigilan ka o saktan ang iyong posisyon. Samantalang, kung iyong itinatago ang iyong layunin, magbibigay ito sa iyo ng kalamangan sa kanila. Ang hindi pagpapakita ng lahat ng iyong layunin ay nagiging isang uri ng misteryo na nagsisilbing hadlang sa mga kalaban at mga tagapagsubok sa iyong plano.

Ang pagtatago ng mga layunin ay hindi nangangahulugang pagsisinungaling o pagpapanggap. Ito ay tungkol sa hindi pagpapakita ng buong larawan. Ang mga lider na nagtatago ng kanilang mga layunin ay nagpapakita ng kakayahang mag-isip nang maaga at magplano ng mga hakbang na hindi madaling matukoy ng iba. Ang ganitong diskarte ay nagbibigay sa iyo ng kapangyarihan upang maging isang hakbang na mas maaga kaysa sa iyong mga kalaban.

Hindi lahat ng layunin ay dapat mailantad sa madla. Ang ilang mga layunin ay mas epektibo kapag inililihim, sapagkat nagbibigay ito ng elementong sorpresa at kontrol sa mga sitwasyon. Kung ang iyong mga layunin ay patuloy na nakatago, hindi lamang ikaw ang makikinabang kundi pati na rin ang mga pagkakataon na iyong kakamtan dahil ang ibang tao ay wala pang ideya kung ano ang susunod na hakbang na gagawin mo.

Gayunpaman, ang pagtatago ng iyong layunin ay hindi nangangahulugang hindi ito mahalaga. Ang mga layunin ay patuloy na magtutulungan sa iyong direksyon, ngunit ang pagpapakita lamang ng mga hakbang sa tamang panahon ay nagbibigay ng kontrol sa sitwasyon. Matutunan mong ilihim ang iyong mga layunin at gumamit ng misteryo upang mapanatili ang lakas at magtagumpay sa laro ng kapangyarihan.

Batas 20: Pag-aralan ang Iyong mga Kalaban, Ngunit Huwag Silang Gamitin Laban sa Iyo

"Kilala mo ang iyong mga kalaban, ngunit huwag hayaang mawalan ka ng kredibilidad o makuha ng iyong kalaban ang iyong mga kahinaan. Ang pagbibigay ng labis na impormasyon sa iyong kalaban ay nagiging pagkatalo. Gumamit ng iyong kaalaman sa kanila, ngunit huwag hayaan silang gamitin ang iyong sariling lakas laban sa iyo."

Ang pag-unawa sa iyong mga kalaban ay isang susi sa pagkakaroon ng kontrol sa anumang sitwasyon. Mahalaga na malaman mo kung sino sila, ano ang kanilang mga layunin, at paano sila mag-isip. Ang bawat kalaban ay may mga kahinaan, ang mga paborito nilang diskarte, at mga personal na ugali na maaari mong gamitin upang makuha ang kanilang kalakasan. Ngunit sa parehong pagkakataon, hindi mo dapat hayaan na magamit nila ang iyong sariling kaalaman laban sa iyo.

Ang pagpapakita ng sobrang interes o pagbibigay ng labis na impormasyon tungkol sa iyong kalaban ay maaaring magbigay sa kanila ng pagkakataon na gamitin ang iyong mga lakas laban sa iyong interes. Sa sandaling malaman nila ang iyong mga taktika, mahina kang mako-kontrol at ang kanilang mga hakbang ay magiging mas madali para sa kanila. Ang pagkakaroon ng kaalaman ay isang uri ng kapangyarihan, ngunit hindi mo dapat ipakita na alam mo ang lahat tungkol sa kanila. Kung masyadong ipakita mo ang iyong kaalaman, maaaring mawalan ka ng kredibilidad o mawalan ng kontrol sa sitwasyon.

Ang paggawa ng "overanalysis" sa iyong kalaban ay maaari ding magdulot ng mga panganib. Habang mahalaga ang malaman ang mga diskarte at kalakasan ng iyong kalaban, hindi mo dapat gamitin ang mga ito nang labis. Sa halip, gamitin mo ang iyong mga natutunan mula sa kanila upang magtagumpay, ngunit huwag hayaang magamit ng kalaban ang iyong kaalaman sa kanila upang atakihin ang iyong posisyon.

Kapag pinag-aaralan mo ang iyong mga kalaban, mahalaga rin na bantayan ang iyong sariling kalakasan at kahinaan. Laging tandaan na ikaw ay nag-iingat na magbigay ng sobrang impormasyon sa kanila. Habang ang pag-unawa sa kanila ay magbibigay sa iyo ng lakas, ang pagbabalik sa kanila ng anumang impormasyon na hindi kinakailangan ay isang pagkakamali. Sa tuwing may pagkakataon, mas mabuti ang manahimik at mag-obserba, at tiyakin na ang kaalaman mo ay ginagamit lamang upang makinabang ka, hindi upang magbigay daan sa iyong kalaban na gawing isang kalamangan laban sa iyo.

Batas 21: Lumikha ng Mga Kaalyado na Mas Magiging Kailangan Mo

"Ang mga kaalyado ay hindi palaging may isang layunin; sila rin ay may kanya-kanyang mga pakinabang. Magtayo ng mga ugnayan na kapwa magpapalakas sa iyo at sa iyong mga kaalyado. Ang mga kaalyado ay makakatulong sa iyo sa oras ng pangangailangan, ngunit siguruhing ikaw din ay nagbibigay ng halaga at hindi lamang umaasa sa kanila."

Ang mga kaalyado ay hindi lamang mga taong kasamahan sa layunin; sila ay mga indibidwal na may kani-kaniyang pangangailangan at interes. Ang tamang pagkakaroon ng mga kaalyado ay isang estratehiya na magbibigay sa iyo ng mas malawak na lakas at impluwensya. Ngunit tulad ng anumang relasyon, hindi sapat na ikaw lamang ang makikinabang mula sa kanila. Dapat ay maging mutual ang ugnayan, at ang bawat kaalyado ay dapat magkaroon ng pakinabang mula sa iyong tulong at suporta. Kung magbibigay ka lamang at hindi ka nag-aalok ng anuman kapalit, malaki ang posibilidad na mawalan ka ng suporta mula sa kanila pagdating ng panahon.

Mahalaga rin na sa bawat pagkakaroon ng kaalyado, ay dapat mong alamin ang kanilang mga layunin at motibasyon. Habang ikaw ay nagkakaroon ng mga kaalyado na magpapalakas sa iyo, kailangan ding tiyakin na ang mga ugnayan ay hindi lamang batay sa iyong sariling pakinabang. Hindi mo dapat gawing isang one-sided na relasyon ang iyong mga koneksyon. Kung ikaw ay laging tumutulong at hindi nag-aalok ng halaga sa iyong mga kaalyado, maaaring mawalan sila ng interes o makaramdam na ikaw ay isang pasanin lamang.

Magandang magsimula sa pagtulong sa kanila sa kanilang mga layunin at pangangailangan. Kapag ang mga kaalyado mo ay nakakakita ng halaga mula sa iyong bahagi, hindi lamang sila magiging umaasa sa iyong tulong, kundi magiging mas handang magtulungan sa iyo sa mga pagkakataong ikaw ang nangangailangan. Ang pagkakaroon ng mga kaalyado ay isang uri ng palitan ng serbisyo at suporta. Kapag magkasama kayong nagtutulungan, mas magaan ang inyong mga layunin, at magiging mas matibay ang inyong posisyon sa harap ng anumang hamon.

Ang mas matatag na kaalyado ay hindi palaging makikita sa mga may kapangyarihan o sa mga taong may hawak ng malaking impluwensya. Minsan, ang mga kaalyado na mayroon kang malalim na koneksyon sa kanila—at hindi lamang dahil sa pansamantalang interes—ang siyang magpapatatag sa iyong posisyon sa katagalan. Kaya, lumikha ka ng mga relasyon na hindi lamang kapaki-pakinabang sa iyo, kundi sa lahat ng mga taong kasama mo. Sa paggawa nito, magtataguyod ka ng isang network ng mga tao na parehong magpapalakas sa iyong kapangyarihan at magiging kasangga mo sa iyong mga layunin.

Batas 22: Iwasan ang Pagtataglay ng Masyadong Matinding Pagkakakilanlan

"Ang pagkakaroon ng isang natatanging pagkakakilanlan ay nagpapalakas ng iyong imahe, ngunit huwag hayaang ito ay magpataw sa iyo ng limitasyon. Minsan, ang sobrang mga label at pagkakakilanlan ay nagiging sagabal sa iyong pag-unlad. Mag-ingat sa pagtanggap ng mga titulo at posisyon na magbubukas ng iyong sarili sa mga hindi kanais-nais na expectations."

Ang pagkakaroon ng isang malinaw na pagkakakilanlan ay mahalaga sa pagtatayo ng iyong imahe at kapangyarihan. Ang iyong mga taglay na katangian, prinsipyo, at paniniwala ay nagbibigay ng direksyon at tiwala sa iba patungkol sa iyong kakayahan at kredibilidad. Subalit, may mga pagkakataon na ang labis na pagkakaroon ng mga tiyak na label o pagkakakilanlan ay nagiging hadlang sa iyong paglago at flexibility. Kapag masyado kang nakatali sa isang partikular na identidad o papel, nagiging limitado ang iyong mga hakbang at nakatadhanang magtaglay ka ng mga hindi inaasahang responsibilidad o inaasahan mula sa iba.

Halimbawa, ang pagiging labis na kilala sa isang partikular na larangan o posisyon ay maaaring magtakda ng mga hindi inaasahang mga pamantayan na mahirap pagtagumpayan. Kapag ikaw ay ipinakita bilang isang eksperto sa isang partikular na aspeto, ang ibang tao ay maaaring asahan na ikaw lamang ang makakagawa ng mga bagay na nauugnay sa larangang iyon, kahit na ikaw ay may ibang interes at kakayahan na nais pang tuklasin. Sa halip na maging maligaya at malaya, maaaring makulong ka sa isang kalagayan na ang iyong imahe at reputasyon ay magdidikta sa iyong mga hakbang, na nagiging sanhi ng paghina ng iyong kapangyarihan.

Gayundin, ang pagiging labis na nakatuon sa isang partikular na papel o etiketang ipinataw ng iba ay maaaring magdulot ng stress at hindi pagkakasiya. Ang mga label tulad ng "leader," "tagapagtanggol," o "eksperto" ay maaaring magdala ng mga inaasahan at pressure na mahirap magtagumpayan. Kung hindi ka mag-iingat, ang mga etiketang ito ay maaaring magpataw sa iyo ng mga limitasyon, at magkakaroon ka ng takot na magbago o mag-eksperimento sa mga bagong ideya at oportunidad.

Ang tunay na kapangyarihan ay nakasalalay sa kakayahang mag-adjust at maging flexible sa mga sitwasyon. Ang mga taong may kakayahang magtago ng kanilang buong potensyal at hindi nagpapakulong sa mga label ay may higit na kalayaan upang mag-explore ng iba't ibang pagkakataon. Ang mga hindi madaling matukoy na identidad ay nagiging isang uri ng misteryo, at sa ganitong paraan, nakakamtan mo ang kontrol.

Upang maiwasan ang mga limitasyong dulot ng labis na pagkakakilanlan, kailangan mong matutong magbukas ng iyong sarili sa mga bagong karanasan at maging handa na baguhin ang iyong mga papel at pagkakakilanlan ayon sa pangangailangan ng sitwasyon. Hindi mo kailangang manatili sa iisang imahe kung hindi ito nakakatulong sa iyong paglago. Ang iyong kakayahang mag-adapt at maging hindi tiyak o mahirap basahin sa iyong mga kilos ay nagbibigay sa iyo ng kapangyarihan na hindi nakapaloob sa isang tiyak na uri ng pagkakakilanlan. Sa ganitong paraan, nagiging mas makapangyarihan ka sa mata ng iba, dahil wala silang matibay na pagkakakilanlan o label na maglilimita sa iyong kakayahan.

Batas 23: Ang Pagtitiis at Pagpapatawad ay Isang Matibay na Pagpapakita ng Lakas

"Ang tunay na kapangyarihan ay hindi laging nakikita sa pagpapakita ng lakas, kundi sa kakayahang magpatawad at magpatuloy. Ang pagtitiis ay isang malupit na sandata na nagpapakita ng tunay na kontrol, ang hindi pagpapadala sa galit o emosyon sa mga negatibong aspeto ng buhay."

Ang tunay na kapangyarihan ay hindi palaging nakikita sa pagpapakita ng lakas o sa pagpapamalas ng matinding emosyon. Sa halip, ang isang malalim na anyo ng lakas ay matatagpuan sa kakayahang magpatawad at magpatuloy sa kabila ng mga pagsubok at pananakit. Ang pagtitiis ay isang hindi nakikitang sandata na hindi palaging nagbibigay ng agarang gantimpala, ngunit ito ay isang matibay na pahayag ng iyong kontrol sa sarili at sa mga sitwasyon sa iyong paligid.

Ang pagpapatawad at pagtanggap ng mga pagkatalo o pagkakamali ng iba ay hindi nagpapahiwatig ng kahinaan. Sa halip, ito ay isang pagpapakita ng lakas ng loob at katalinuhan. Kapag ikaw ay nagpapatawad, pinipili mong hindi ipagpatuloy ang isang siklo ng galit o paghihiganti na makakapagpababa sa iyong katayuan. Sa halip, pinapakita mo ang iyong kapangyarihan sa pamamagitan ng pag-angat sa ibabaw ng mga pagsubok at mga pagkatalo.

Ang pagtitiis, sa isang banda, ay isang pagpapakita ng iyong kakayahang kontrolin ang iyong emosyon. Kapag ikaw ay tinitiis ang mga hindi kanais-nais na sitwasyon o iniiwasan ang mga magastos na sagupaan, ipinapakita mo ang iyong lakas sa pamamahala ng sarili mong emosyon. Ang mga hindi nakikita o tahimik na pagpapakita ng lakas—tulad ng pag-iwas sa pagpapakita ng galit o pagpatuloy sa kabila ng mga hamon—ay kadalasang mas epektibo kaysa sa pagpapakita ng galit o paglaban. Ang pagtitiis ay nagiging isang matibay na pundasyon ng iyong kapangyarihan.

Isang halimbawa ay ang mga lider na hindi nagpapadala sa galit o emosyon. Sila ay patuloy na nagpapatuloy sa kanilang misyon at layunin, anuman ang mga pagsubok o balakid na dumarating. Sa kanilang kakayahang magpatawad at hindi padalus-dalos na mag-react, napapalakas nila ang kanilang posisyon sa mata ng iba, na nagiging dahilan para sa higit na respeto at paggalang mula sa kanilang mga nasasakupan.

Ang pagpapatawad at pagtitiis ay hindi lamang isang uri ng moralidad o kabutihan—ito ay isang matalinong estratehiya sa larangan ng kapangyarihan. Kapag natutunan mong magpatawad at magpatuloy sa kabila ng mga pagsubok, pinapalakas mo ang iyong kapasidad na magtagumpay at magpatuloy sa iyong mga layunin nang hindi nadadala ng emosyonal na bigat. Sa ganitong paraan, hindi lamang ikaw ang nagiging mas malakas, kundi ipinapakita mo sa iba na ikaw ay isang tao ng mataas na antas ng kontrol at malalim na pananaw sa buhay.

Batas 24: Ang Pag-alam ng Oras ay Lakas

"May mga pagkakataon na ang tamang oras ay mas mahalaga kaysa sa lakas o kakayahan ng isang tao. Ang tamang pagkilos sa tamang oras ay nagdudulot ng pinakamalaking epekto. Ang mga matatalinong lider ay alam kung kailan maghihintay at kung kailan magpapakita ng lakas. Hindi lahat ng laban ay kailangang ipaglaban agad, kaya't mahalaga ang timing."

Sa larangan ng kapangyarihan, hindi palaging ang lakas o kakayahan ng isang tao ang maghuhudyat ng tagumpay. Ang pinakamahalaga at pinakamalakas na aspeto ay ang kakayahang malaman kung kailan kikilos at kung kailan maghihintay. Ang tamang oras ay may kapangyarihan na hindi kayang tapatan ng anumang lakas o taktika, at ang mga taong may kakayahang magtiming ng kanilang mga hakbang ay nagiging malalakas na aktor sa kanilang kapaligiran.

Ang mga matatalinong lider at tagapamahala ay hindi palaging nagmamadali. Alam nila kung kailan maghihintay at magmamasid, at kapag ang pagkakataon ay dumating, tanging sila lamang ang magtatangkang kumilos. Ang tunay na lakas ng isang tao ay makikita sa kanilang kakayahan na maghintay para sa tamang pagkakataon, na magbibigay sa kanila ng pinakamataas na epekto mula sa kanilang mga aksyon.

Minsan, ang hindi pagkilos sa isang sitwasyon ay mas makapangyarihan kaysa sa pag-apekto ng anumang hakbang. Ang pagpapakita ng tiyaga at ang pagtanggap ng oras ng tamang pagkakataon ay hindi nangangahulugang kahinaan, bagkus ay isang pagpapakita ng matinding lakas at kontrol. Ang mga lider na alam kung kailan sila kikilos, at kung kailan sila maghihintay, ay nakakapagtamo ng mataas na respeto at tagumpay.

Ang timing ay may malalim na epekto hindi lamang sa mga direktang aksyon, kundi pati na rin sa relasyon at imahe ng isang tao. Ang hindi tamang pag-aksyon ay maaaring magdulot ng hindi kanais-nais na epekto, tulad ng pagkawala ng kredibilidad o pagbagsak ng reputasyon. Ngunit ang pagpapakita ng tamang hakbang sa tamang oras ay nagdudulot ng malalaking tagumpay, at ang tao na may kontrol sa oras ay may kapangyarihang magdala ng pagbabago.

Sa kasaysayan, marami ang mga lider at mga dakilang personalidad na nagsanay ng kanilang kakayahan sa pag-alam ng oras. Ang mga pagsasanay na ito ay nagtuturo sa atin na hindi palaging ang lakas o kakayahan ang magbibigay ng tagumpay, kundi ang tamang oras at timing. Kaya't ang sinumang may kakayahang mag-alaga sa timing ng kanilang mga desisyon at aksyon ay may isang malupit na sandata—ang kapangyarihan ng tamang oras.

Batas 25: Pagtago ng Iyong mga Saloobin ay Makakapagpalakas ng Iyong Posisyon

"Huwag hayaan ang iyong mga iniisip at nararamdaman na makita ng iba. Ang pagpipigil sa iyong emosyon at saloobin ay nagbibigay sa iyo ng kalamangan. Kapag ang iba ay hindi nakakaalam kung ano ang iniisip mo, magagawa mong manipulahin ang sitwasyon ayon sa iyong kagustuhan, at ikaw ay magkakaroon ng kontrol sa iyong mga hakbang."

Sa laro ng kapangyarihan, ang kakayahang magtago ng iyong mga iniisip at nararamdaman ay isang napakahalagang sandata. Ang pagpapakita ng emosyon o pagpapahayag ng iyong tunay na opinyon ay maaaring magbigay ng kalamangan sa iba, kaya't ang pagpapigil ng iyong sarili mula sa pagpapakita ng mga ito ay nagbibigay sa iyo ng higit na kontrol. Kapag hindi alam ng iba kung ano ang iyong iniisip o nararamdaman, nagiging mahirap para sa kanila na mahulaan ang iyong susunod na hakbang.

Ang pagiging hindi transparent sa iyong emosyon at saloobin ay nagpapahina sa mga potensyal na kalaban o kasamahan na manghula sa iyong mga plano. Kapag alam ng iba kung ano ang iniisip mo, maaari nilang gamitin ito laban sa iyo, kaya't ang pagbibigay ng labis na impormasyon sa iba ay maaaring magdulot ng iyong pagkatalo. Ang sinumang may kakayahang magtago ng kanilang tunay na saloobin ay may kontrol sa kanilang posisyon.

Halimbawa, sa isang negosasyon o laban sa kapangyarihan, ang pagpapakita ng galit, takot, o pagkabahala ay maaaring magbigay sa kalaban ng ideya kung saan ka mahina. Ngunit kung kaya mong itago ang iyong mga damdamin, magkakaroon ka ng kakayahang magpatuloy nang walang sinumang nakakakita ng iyong kahinaan. Ang pagpapakita ng hindi pagkakaroon ng emosyon ay nagiging isang pahiwatig ng lakas at tiwala sa sarili, na nag-uudyok sa iba na mag-ingat at mag-isip nang dalawang beses bago kumilos laban sa iyo.

Sa ganitong paraan, ang pagtago ng iyong saloobin ay hindi lamang nagpoprotekta sa iyo mula sa manipulasyon ng iba, ngunit pinapalakas din ang iyong posisyon sa pamamagitan ng pagpapakita ng mataas na antas ng kontrol at disiplina. Ang mga taong hindi madaling mabasa ay kadalasang nagiging mahirap talunin, dahil ang iba ay hindi alam kung paano sila lalabanan o matatalo.

Sa lahat ng aspeto ng kapangyarihan, ang mga taong may kakayahang magtago ng kanilang mga iniisip ay nagkakaroon ng higit na pagkakataon na manipulahin ang sitwasyon at magkaroon ng malupit na impluwensya. Ang kanilang kakayahang magtago ng mga saloobin ay nagpapakita ng matinding kontrol sa kanilang kapaligiran, kaya't ang pagtago ng iyong mga iniisip at emosyon ay isang pangunahing hakbang sa pagpapalakas ng iyong posisyon at pagpapatatag ng iyong kapangyarihan.

Batas 26: Maging Matatag sa Pagharap sa Pagkatalo

"Ang pagpapakita ng kahinaan ay magbibigay daan sa mga kalaban upang pagdudahan ka. Ang tunay na kapangyarihan ay nagmumula sa kakayahang magpatawa sa iyong mga kahinaan at gamitin ito upang palakasin ang iyong posisyon. Walang kahinaan sa iyong public image. Kung ipapakita mong hindi ka naapektohan ng anumang bagay, magbibigay ito ng respeto sa iyo ng iba."

Ang pagkatalo ay isang hindi maiiwasang bahagi ng buhay at lalo na sa laro ng kapangyarihan. Lahat tayo ay nakakaranas ng mga kabiguan at pagkatalo sa ilang punto ng ating buhay, ngunit ang tunay na lakas ay hindi nakikita sa pagiging perpekto, kundi sa kakayahang tumayo at magpatuloy pagkatapos ng pagkatalo. Ang mga pinakamalalakas na tao ay hindi natitinag ng pagkatalo; sa halip, ginagamit nila ito bilang isang hakbang patungo sa mas mataas na tagumpay.

Ang tunay na lakas ay hindi sa pagkakaroon ng walang-kapantay na tagumpay, kundi sa pagharap sa mga pagsubok at pagkatalo na may matatag na kalooban. Ang isang lider na may kakayahang magbago, matuto mula sa kanyang mga pagkakamali, at magpatuloy ay nagpapakita ng pinakamataas na antas ng kontrol at kapangyarihan. Ang mga tao na kayang magpatuloy at magsikap pagkatapos mawalan ay mas respetado at tinitingala kaysa sa mga hindi kayang bumangon mula sa pagkatalo.

Ang matatag na pagharap sa pagkatalo ay nagpapakita ng karakter, at ang mga lider na kayang lumaban muli ay nagsisilbing inspirasyon sa iba. Hindi mo makokontrol ang lahat ng mangyayari sa iyong buhay, ngunit maaari mong kontrolin kung paano ka tutugon sa mga pagsubok. Ang pagkatalo ay hindi nangangahulugang katapusan; ito ay isang pagkakataon para sa muling pagsilang at pagpapabuti ng iyong estratehiya.

Kaya't maging matatag sa pagharap sa pagkatalo. Ipagpatuloy ang laban at patunayan sa lahat na ang pagkatalo ay hindi hadlang sa tagumpay. Magbago mula rito at gamitin ito bilang isang oportunidad upang lumago. Sa huli, ang mga hindi natitinag na tao, na natututo mula sa kanilang pagkatalo at patuloy na umaangat, ang may tunay na kapangyarihan.

Batas 27: Huwag Ipakita ang Iyong mga Kahinaan

"Ang pagkatalo ay isang bahagi ng laro ng kapangyarihan. Ang mga malalakas ay hindi natitinag sa bawat pagkatalo, bagkus ito'y ginagamit nilang hakbang patungo sa tagumpay. Ang matatag na pagharap sa pagkatalo at ang pagbangon mula rito ay nagpapakita ng tunay na lakas. Ang isang lider ay hindi takot magkamali, kundi natututo mula rito at nagpapatuloy."

Sa laro ng kapangyarihan, ang pagpapakita ng kahinaan ay isang malaking peligro. Kapag ipinakita mong may kahinaan ka, ito ay nagiging pagkakataon para sa iyong mga kalaban na pagdudahan ang iyong kakayahan at posisyon. Ang mga tao ay mabilis na makakakita ng pagkakataon upang magpataw ng kanilang lakas kapag nakita nilang may butas o kahinaan ka. Kaya't ang isang matalinong lider ay hindi nagpapakita ng mga mahihinang aspeto ng kanyang sarili, hindi dahil sa hindi siya tao, kundi dahil sa pagnanais niyang mapanatili ang respeto at kapangyarihan.

Ang tunay na kapangyarihan ay nagmumula sa kakayahang mapanatili ang imahe ng pagiging matatag at hindi naapektohan. Hindi mo kailangang itago ang lahat ng iyong nararamdaman, ngunit sa harap ng publiko at mga kalaban, mahalaga na ipakita mong hindi ka naguguluhan o tinatablan ng mga pagsubok. Ang pagiging mukhang hindi naapektohan ay isang paraan upang mapanatili ang iyong impluwensya at hindi ipakita na may mga bagay na nagdudulot sa iyo ng kahinaan.

Isang mahalagang kasanayan ang magpatawa sa iyong kahinaan, hindi upang ipakita ito bilang isang sagabal, kundi bilang isang katangian na maaari mong gamitin upang mapalakas ang iyong posisyon. Ang kakayahang tanggapin ang iyong mga imperpeksyon nang hindi ito ikinakahiya, ngunit sa halip ay ginagamit ito upang magsulong ng positibong imahe, ay isang hakbang patungo sa pagpapalakas ng iyong kapangyarihan.

Kapag ipinakita mong hindi ka tinatablan ng anumang bagay, lalo na ang mga pagsubok at paghamon, ito ay nagbubuo ng respeto sa iyong mga tagasunod at maging sa iyong mga kalaban. Pinapakita nito na ikaw ay matatag, at ang mga tao ay hindi madaling magbago ng opinyon tungkol sa iyong kakayahan. Sa ganitong paraan, hindi lamang ikaw ang maghahanap ng respeto, kundi ang respeto ay kusa ding dumarating sa iyong direksyon.

Kaya't huwag hayaang makita ng iba ang iyong kahinaan. Panatilihin ang imahe ng lakas at hindi-apektohan. Kapag nagawa mong ito, magbubukas ang mga pagkakataon para sa iyo na magpatuloy na mangibabaw sa mga sitwasyon, at hindi magiging madali para sa iba na agawin ang iyong posisyon ng kapangyarihan.

Batas 28: Lumikha ng Balanseng Relasyon, Hindi Magkakaaway

"Ang mga relasyon, hindi lamang sa personal kundi pati na rin sa negosyo o politika, ay kailangang balanse. Ang paggawa ng mga kaalyado at hindi pagkakaroon ng masyadong kaaway ay magpapalakas sa iyong kapangyarihan. Ang labis na pagkakaaway ay maaaring magbukas sa iyo ng mga banta. Kung mayroon ka namang mga kaaway, siguraduhin mong may dahilan ang mga ito upang makuha mo ang simpatiya ng iba."

Sa pag-navigate sa mundo ng kapangyarihan, ang pagkakaroon ng mga balanse at maayos na relasyon ay isang mahalagang aspeto ng tagumpay. Hindi mo nais na maging nakatali sa masyadong maraming kaaway o pook ng alitan, sapagkat ang bawat hindi pagkakasunduan ay maaaring magbukas ng mga panganib at banta sa iyong posisyon. Ang labis na pagkakaaway ay magdudulot ng pagkagulo at kakulangan ng pokus sa iyong layunin. Ang isang matalinong lider ay hindi lamang nagsisikhay na magtaguyod ng mga kaalyado, kundi pinipili ring kontrolin ang mga relasyong ito upang magdulot ng magandang kapakinabangan.

Sa pamamagitan ng mga kaalyado, lumalawak ang iyong impluwensya at kapasidad na magpatuloy sa iyong mga layunin. Ang mga kaalyado ay nagsisilbing tagapagtanggol at katuwang sa iyong mga plano, na magbibigay sa iyo ng lakas at suporta kapag kinakailangan. Ang mga relasyon sa iyong mga kaalyado ay dapat na itaguyod sa prinsipyo ng pagtutulungan at paggalang. Gayunpaman, mahalaga na huwag umasa nang labis sa isang tao o grupo lamang, kundi magsikap na magkaroon ng iba't ibang uri ng mga kaalyado mula sa iba't ibang sektor.

Sa kabilang banda, hindi rin masama magkaroon ng mga kaaway, ngunit kailangan mong tiyakin na may dahilan ito at hindi mo ito ginagawa nang walang kabuluhan. Ang pagkakaroon ng mga kaaway ay nagiging makapangyarihan kapag ito ay nagpapakita ng iyong pagiging matatag at hindi madaling maapektohan. Kung magkaaway ka man, siguraduhin na may mga dahilan ito na makakapagbigay sa iyo ng simpatiya mula sa iba. Huwag hayaan na mawalan ka ng respeto o kredibilidad mula sa mga tao na wala namang sapat na dahilan upang hindi magustuhan ka.

Ang mga hindi kinakailangang kaaway ay maaaring magdala ng pag-aalinlangan at takot sa iyong mga tagasunod. Kapag palaging may alitan, hindi ka lamang nagiging target ng atensyon, kundi pinapalakas mo ang iyong mga kalaban. Minsan, ang isang mapanuring desisyon ay ang pag-iwas na makipag-away, o ang pagtanggal sa sarili mula sa mga hindi mahalagang usapin na magdudulot lamang ng gulo.

Hindi lahat ng relasyon ay kailangang magtapos sa kasunduan o pagkakaisa. Mahalaga ang pagkakaroon ng respeto sa pagkakaiba at pagtanggap ng iba't ibang pananaw, hindi upang magtagumpay sa lahat ng pagkakataon, kundi upang mapanatili ang balanse sa iyong mga relasyon. Ang pagkakaroon ng mga hindi pagkakaintindihan ay hindi nangangahulugang isang pagkatalo, kundi isang pagkakataon upang ipakita ang iyong kakayahan sa pagpapatawad, pag-unawa, at pagpapanatili ng isang maayos na kalagayan.

Sa kabuuan, lumikha ng mga relasyon na hindi lang magbibigay sa iyo ng lakas, kundi magbibigay sa iyong imahe ng pagiging balanseng lider. Ang mga kaalyado at kaaway na may malinaw na dahilan at layunin ay magpapalakas sa iyong posisyon, at hindi magdudulot ng karagdagang pagsubok na hindi mo kayang i-handle. Ang pagiging isang mahusay na lider ay nakasalalay sa iyong kakayahan na lumikha ng balanseng ugnayan sa lahat ng aspeto ng iyong buhay at mga negosyo.

Batas 29: Ang Katapatan sa Iyong mga Layunin ay Hindi Dapat Magdulot ng Kahinaan

"Habang mahalaga ang katapatan sa iyong layunin, hindi ito nangangahulugang kailangan mong ipakita ang lahat ng iyong intensyon. Minsan, ang pagpapakita ng sobrang katapatan sa mga plano ay nagiging dahilan ng mga pagdududa at pagsalungat mula sa iba. Tinutulungan ka ng pagiging misteryoso at hindi agarang pagpapakita ng lahat ng iyong plano na maging isang hakbang na mas malakas kaysa sa iyong mga kalaban."

Ang katapatan ay isang mahalagang katangian sa pagbuo ng kredibilidad at tiwala. Gayunpaman, ang sobrang pagpapakita ng iyong layunin at intensyon ay maaaring magdulot ng kahinaan sa iyong posisyon. Sa isang mundo ng kapangyarihan, hindi lahat ng iyong plano ay nararapat na ipahayag agad, dahil ito ay magbibigay daan sa mga kalaban upang maghanda at bumangon laban sa iyo.

Pagiging Misteryoso sa Iyong mga Layunin:

Habang mahalaga ang maging tapat sa iyong layunin, hindi ito nangangahulugang dapat mong ipakita ang lahat ng detalye ng iyong plano. Ang pagpapakita ng sobrang katapatan ay maaaring magbukas ng mga pinto para sa mga kritisismo, pagdududa, o pagsalungat mula sa iba. Ang pagiging misteryoso at hindi pagpapakita ng lahat ng iyong intensyon ay isang taktika upang mapanatili ang kalamangan. Kapag hindi alam ng iba ang iyong mga susunod na hakbang, nagiging mas mahirap para sa kanila na magplano laban sa iyo.

Ang pagpapakita ng lahat ng iyong layunin at plano ay maaaring magdulot ng overconfidence sa iyong mga kalaban at maging sanhi ng hindi inaasahang mga hakbang na maglalagay sa iyo sa isang disbentaha. Ang labis na pagpapakita ng iyong layunin ay maaaring magdulot ng labis na ekspektasyon mula sa iba, kaya't magdudulot ito ng presyon at pagkatalo kapag hindi natupad ang iyong plano.

Ang kontrol sa impormasyon ay isa sa pinakamahalagang aspeto sa pagpapalakas ng iyong posisyon. Ang pagpapakita ng misteryo at hindi agad na pagpapahayag ng lahat ng iyong intensyon ay nagbibigay sa iyo ng kakayahang manipulahin ang sitwasyon at makuha ang tiwala at suporta mula sa mga tao. Minsan, ang pagpapahayag ng hindi kumpleto at mas piniling impormasyon ay nagpapalakas ng iyong kontrol at nagpapalawak sa iyong mga pagkakataon.

Ang pagtago ng iyong mga layunin ay hindi nangangahulugang ikaw ay hindi tapat, kundi isang hakbang upang mapanatili ang iyong lakas at magbigay sa iyo ng pagkakataon na mas mabilis na makapagpatupad ng iyong mga plano. Habang nakalaan ang iyong katapatan para sa mga mahalagang tao at hakbang, hindi ito nangangahulugang dapat mong iwasan ang pagiging misteryoso sa mga oras na kailangan mo ng advantage.

Sa huli, ang tamang balanse ng pagiging tapat at misteryoso ay nagpapakita ng iyong kakayahan bilang isang lider. Ang pagpapakita ng sobrang detalye ng iyong mga plano ay hindi palaging nakakatulong sa iyong layunin. Gamitin ang iyong kakayahan sa pag-manipula ng impormasyon upang mapanatili ang kalamangan sa iyong mga kalaban at manatiling isang hakbang na mas maaga kaysa sa kanila.

Batas 30: Gamitin ang Takot ng Iba bilang isang Lakas

"Ang takot ay isang makapangyarihang tool. Maaari mong gamitin ang takot ng iba upang kontrolin sila. Kung ang mga tao ay natatakot sa iyo o sa iyong mga intensyon, magiging mas madali para sa iyo ang magtakda ng mga kondisyon sa kanila. Ang takot na hindi malinaw ay isang uri ng kapangyarihan na hindi nakikita ngunit may epekto. Tiyakin lamang na ang iyong presensya ay magdudulot ng respeto at hindi ng pagkabahala sa kanila".

Ang takot ay isang makapangyarihang kasangkapan sa mundo ng kapangyarihan. Hindi lamang ito isang emosyon ng pagkabahala, kundi isang uri ng kontrol na maaari mong gamitin upang magtaglay ng lakas sa iyong posisyon. Kapag ang ibang tao ay natatakot sa iyo o sa iyong mga intensyon, mas madali para sa iyo ang magtakda ng mga kondisyon at pamahalaan ang mga sitwasyon sa iyong pabor.

Ang takot ay may kakayahang magbigay sa iyo ng kontrol sa mga tao, sapagkat ang mga takot na nararamdaman nila ay nagpapalakas ng iyong posisyon. Kung nakikita ng mga tao ang iyong presensya bilang isang banta, hindi sila magkakaroon ng lakas ng loob na magtangkang lumaban o sumalungat sa iyo. Ang takot, kung ginagamit nang maayos, ay nagiging isang invisible force na nagpapalakas sa iyong impluwensya.

Ang hindi ganap na pagkakaroon ng takot ay isang mahusay na uri ng kapangyarihan. Kung hindi malinaw kung ano ang iyong mga layunin o intensyon, at may kabuntot na takot ang iyong presensya, mas mahirap para sa iba na magtangka na labanan ka. Ang uri ng takot na ito ay hindi kinakailangang magmukhang tahasan o maliwanag, kundi isang uri ng hindi nakikitang presensya na patuloy na nagpapakilos sa mga tao sa iyong paligid.

Tiyakin na ang takot na iyong pinapalaganap ay hindi nagiging sanhi ng labis na pagkabahala sa mga tao. Ang takot ay dapat magdulot ng respeto, hindi ang pag-iwas o pag-atras mula sa iyong presensya. Ang tamang uri ng takot ay nagiging isang pagnanais ng mga tao na maging maingat sa iyong paligid, nang hindi sila natatakot sa isang hindi kanais-nais na paraan.

Ang takot na hindi malinaw o nakikita ay madalas na mas epektibo. Kung hindi alam ng mga tao kung ano ang iyong susunod na hakbang, at kung may kakayahan kang magpakita ng konting misteryo at pwersa, magiging madali para sa iyo na makuha ang respeto nila. Ang hindi pagbibigay ng kumpletong impormasyon ay nagpapalakas sa takot na may kaugnayan sa iyong posisyon, at nagbibigay sa iyo ng kakayahan upang patuloy silang kontrolin.

Ang takot ay hindi isang bagay na dapat iwasan o takutin. Bagkus, ito ay isang bagay na dapat yakapin at gamitin upang mas mapalakas ang iyong posisyon. Kapag ginamit mo ang takot nang tama, hindi lamang ito nagpapahina sa mga kalaban kundi nagpapalakas din sa iyong kakayahang pamahalaan ang mga sitwasyon ayon sa iyong kagustuhan.

Batas 31: Ang Lihim na Pag-aalaga sa mga Detalye ay Magiging Lakas sa Hinaharap

"Ang mga pinakamaliit na detalye ay may malaking epekto sa tagumpay. Ang pagpapakita ng kakayahan na mag-isip ng mga mahahalagang detalye ay nagpapakita ng mataas na kakayahan at kontrol. Ang mga bagay na hindi napapansin ng iba, kapag pinansin mo, ay magbibigay sa iyo ng kalamangan at magpapalakas ng iyong posisyon sa mga susunod na pagkakataon."

Sa bawat aspeto ng buhay, ang mga maliliit na detalye ay may hindi matatawarang halaga. Sa kabila ng kung paano ito kadalasang nababalewala o hindi napapansin ng nakararami, ang pagbibigay pansin sa mga detalye ay may malalim na epekto sa ating tagumpay at posisyon sa hinaharap. Isang susi sa pagiging matagumpay ay ang kakayahang makita ang mga bagay na hindi agad kapansin-pansin—ang mga simpleng aksyon, pagkilos, o impormasyon na itinuturing ng iba bilang walang halaga.

Sa mundo ng kompetisyon at pagbabago, ang mga maliliit na bagay ay maaaring magdala ng mga malalaking resulta. Halimbawa, ang pagpapakita ng pag-aalaga sa bawat aspeto ng isang proyekto—mula sa pinaka-simpleng gawain hanggang sa pinakamalalaking desisyon—ay nagpapakita ng mataas na antas ng kakayahan at dedikasyon. Kapag natutunan mong pamahalaan at bigyan ng pansin ang mga detalye na hindi agad kitang-kita, hindi lamang nito pinapabuti ang iyong kasalukuyang posisyon kundi nakakatulong din ito sa pagbuo ng mga oportunidad sa hinaharap.

Isang mahusay na halimbawa nito ay ang mga lider o mga propesyonal na hindi minamadali ang proseso. Bago magdesisyon, tinitingnan nila ang bawat aspeto ng sitwasyon—mga tao, mga proseso, pati na rin ang mga maliit na detalye na tila hindi mahalaga. Ang paggawa nito ay hindi lamang nagpapakita ng kanilang pagiging handa, kundi binibigyan din sila ng kalamangan sa mga susunod na pagkakataon, sapagkat ang mga maliliit na bagay na unang tinitingnan nila ay kadalasang nagiging susi sa tagumpay sa hinaharap.

Kapag pinansin mo ang mga bagay na hindi pinapansin ng iba—halimbawa, isang hindi karaniwang reaksyon ng tao sa isang sitwasyon, isang detalye na nakakaligtaan ng nakararami, o isang solusyon na may potensyal ngunit hindi agad napapansin—binibigyan mo ang iyong sarili ng lakas. Lumikha ka ng pagkakataon na maging mas may kontrol, na magbibigay daan sa iyo upang magtagumpay sa mga susunod na hamon.

Sa madaling salita, ang "pag-aalaga sa mga detalye" ay hindi lamang isang ugali ng pagiging maingat, ito ay isang estratehiya na magbibigay sa iyo ng kakayahan na makapaghanda para sa mga pagsubok na maaaring dumating sa hinaharap. Kapag natutunan mong mag-isip sa mga detalye at magbigay pansin sa mga ito, matutuklasan mo na ang mga bagay na dati ay tila hindi mahalaga ay magbubukas ng mga bagong pinto ng pagkakataon at magpapalakas sa iyong posisyon. Ang mga detalyeng ito ay magiging pundasyon ng iyong tagumpay, hindi lamang sa kasalukuyan, kundi lalo na sa mga darating pang panahon.

Batas 32: Ang Pagpili ng Tamang Kaaway ay Isang Sining

"Ang mga kaaway ay hindi lamang nakakasama sa iyong plano, kundi maaari rin nilang magamit ang kanilang puwersa upang pasiglahin ka. Ang pagpili ng tamang kaaway ay isang sining. Dapat mong piliin ang mga kalaban na may sapat na halaga o puwersa na makakatulong sa iyong layunin. Ang tamang kaaway ay maaaring magtulungan sa iyong tagumpay sa hinaharap."

Ang konsepto ng kaaway ay madalas na itinuturing bilang isang balakid o hadlang sa ating mga layunin. Ngunit sa isang mas malalim na pagsusuri, makikita natin na ang mga kaaway ay may potensyal na magbigay ng halaga at maging mahalagang bahagi ng ating tagumpay. Ang pagpili ng tamang kaaway ay isang sining, at ito ay may malalim na implikasyon sa ating diskarte at mga hakbang patungo sa tagumpay.

Una, mahalagang tanggapin na ang mga kaaway ay hindi lamang mga tao na naglalayon na pigilan ka o magdulot ng kapahamakan. Ang mga ito ay may kakayahang magbigay ng hamon na magsusubok sa iyong mga kakayahan at lakas. Hindi lahat ng kaaway ay masama; may mga kaaway na maaaring magsilbing katalista sa iyong sariling pag-unlad. Sa katunayan, ang isang malakas na kaaway ay isang instrumento na magpapaalala sa iyo ng iyong mga kahinaan at magtutulak sa iyo na maging mas mahusay, mas matalino, at mas mabilis.

Ang sining ng pagpili ng tamang kaaway ay nakasalalay sa pag-unawa sa halaga ng iyong kalaban at kung paano ito makikinabang sa iyong layunin. Halimbawa, hindi mo nais na mag-aksaya ng panahon at enerhiya sa isang kaaway na wala namang kapangyarihan o impluwensya. Kung pipiliin mong makipaglaban laban sa isang mahina at hindi mapanganib na kalaban, hindi mo makakamtan ang ganap na tagumpay dahil walang matutunan mula sa ganitong labanan. Ang mga ganitong uri ng kaaway ay walang halaga para sa iyong pangmatagalang layunin. Ngunit ang tamang kaaway ay hindi lamang isang balakid—siya ay may sapat na lakas, kapangyarihan, o impluwensya na magsisilbing motibasyon upang mas mapabuti mo ang iyong sarili.

Halimbawa, kung ikaw ay isang negosyante na may malaking pangarap, ang pagnanais na matalo ang mga kilalang kalaban sa industriya ay magbibigay sa iyo ng isang layunin na magpapalakas sa iyong estratehiya at diskarte. Ang mga malalaking kumpanya, na may malawak na merkado at mapagkukunan, ay maaaring magtulungan sa iyong tagumpay dahil ang kanilang kakayahan na magbigay ng hamon ay magtutulak sa iyo na maging mas malikhain, mas matapang, at mas determinado. Ang bawat hakbang na gagawin mo upang mangibabaw sa kanila ay nagiging hakbang patungo sa pagpapalakas ng iyong sariling pundasyon at kakayahan.

Bilang isang lider o estratehista, hindi mo dapat tingnan ang bawat kaaway bilang isang kaaway lamang. Dapat mong makita sila bilang mga pagkakataon na magpapabuti sa iyong kakayahan, magtutulungan sa iyong tagumpay, at magpapalakas ng iyong posisyon. Kung magagawa mong pumili ng kaaway na may sapat na halaga at puwersa, makikita mo na sila ay hindi lamang magiging sagabal kundi magbibigay ng mahalagang aral na magagamit mo sa hinaharap.

Ang tamang kaaway ay tulad ng isang salamin na nagpapakita ng iyong kahinaan at kalakasan. Sa bawat labanan, matututo ka, mag-iimprove, at mas magpapalakas pa. Kaya't sa pagpili ng iyong kaaway, tandaan mo na hindi lamang ito tungkol sa laban, kundi kung paano ka matututo mula rito upang maging handa sa mga darating pang hamon at tagumpay.

Sa katunayan, ang masusing pag-aaral sa iyong kaaway, ang pag-alam kung saan sila malakas at kung saan sila mahina, ay makakatulong sa iyo upang mas mabilis na matutunan ang mga estratehiya na magdadala sa iyo ng tagumpay. Ang bawat pag-ikot ng laban, ang bawat desisyon, at ang bawat hakbang ay magbibigay-daan sa iyo na mapalakas ang iyong posisyon at makuha ang iyong mga layunin sa isang mas tiyak at epektibong paraan.

Kaya, sa sining ng pagpili ng tamang kaaway, hindi ito basta-basta. Ang iyong kaaway ay maaaring magsilbing instrumento sa iyong tagumpay, kaya't piliin mo silang mabuti at gamitin ang kanilang lakas upang ikaw ay maging mas matatag at matagumpay.

Batas 33: Magtago ng mga Lihim na Kalakasan

"Huwag laging ipakita ang iyong buong lakas. Minsan ang mga lihim na kalakasan ang magbibigay sa iyo ng pinaka-kapangyarihan. Ang pagpapakita ng lahat ng iyong kakayahan sa unang pagkakataon ay maaaring magtakda ng mga expectations. Iwasang magbigay ng ideya sa mga tao kung ano ang kaya mong gawin, at gamitin ito sa tamang oras at lugar."

Sa laro ng buhay at sa anumang aspeto ng pakikipagsapalaran—mula sa negosyo hanggang sa personal na relasyon—ang pagpapakita ng lahat ng iyong lakas at kakayahan sa unang pagkakataon ay maaaring magdala ng hindi inaasahang mga resulta. Minsan, ang pinakamahalagang estratehiya ay ang magtago ng ilang bahagi ng iyong kakayahan at maghintay ng tamang pagkakataon upang ipakita ito. Sa pamamagitan ng pagtatago ng mga lihim na kalakasan, hindi lamang ikaw ay nakakakuha ng kalamangan, kundi ikaw ay nakakapagplano at kumikilos nang mas maingat, mas epektibo, at may mas mataas na antas ng kontrol.

Ang dahilan kung bakit hindi mo dapat ipakita agad ang iyong buong potensyal ay dahil maaari itong magtakda ng mga expectations mula sa iba. Kapag ipinakita mo kaagad ang lahat ng iyong kakayahan, maaring magdulot ito ng labis na pressure, at ikaw ay magsisilbing target ng mga tao na maaaring magtakda ng hindi makatwirang pamantayan. Halimbawa, sa isang setting ng trabaho, kung ipinakita mo agad na kaya mong magdeliber ng malaking proyekto nang mabilis at mahusay, malamang ay patuloy kang pagbibigyan ng mas malalaking gawain, na maaaring magdulot sa iyo ng pagkapagod o stress. Sa halip, mas mainam na ipakita ang iyong lakas sa mga oras na kinakailangan, kapag ang impact ay pinakamalaki.

Ang pagtatago ng iyong lihim na kalakasan ay may malalim na layunin. Hindi ito ibig sabihin na ikaw ay nagtatago o nagtatago ng iyong tunay na kakayahan upang manipulahin ang iba. Sa halip, ito ay isang estratehiya upang magkaroon ka ng kontrol sa iyong mga pagkilos at makapaghanda para sa mga pagkakataon na magbibigay sa iyo ng pinakamataas na bentaha. Ang mga lihim na kalakasan ay nagbibigay sa iyo ng flexibility—isang kakayahan na mag-adjust sa sitwasyon at ilabas ang iyong pinakamalakas na kakayahan lamang kapag kinakailangan.

Sa mga pagkakataon na magtataglay ka ng mga lihim na kalakasan, mapapansin ng mga tao ang iyong kakayahan at potensyal nang hindi agad sila nagtatakda ng mga limitasyon o mga inaasahan mula sa iyo. Ito rin ay nagbibigay sa iyo ng pagkakataon na makapangyarihan kapag hindi inaasahan, kaya't ang iyong lakas ay magmumula sa pagiging hindi matukoy. Ang iyong mga kalaban o kakumpitensya ay hindi alam kung kailan at paano mo ipapakita ang iyong buong kakayahan, kaya't magkakaroon ka ng kalamangan sa tuwing makikialam ka.

Halimbawa, sa isang negotiation o labanan sa negosyo, ang pagpapakita ng iyong pinakamataas na kakayahan ay maaaring magbigay ng takot o respeto sa iba. Ngunit kung ipinakita mo lamang ang mga piraso ng iyong lakas sa mga tamang pagkakataon, ikaw ay magtataglay ng mas mataas na antas ng paggalang at pananaw mula sa iba. Hindi nila alam kung anong buong kapasidad ang mayroon ka, kaya't magtataka sila at maghahanap ng mga paraan upang makipagkumpitensya sa iyo. Ito ay isang uri ng taktika na nagbibigay ng kalamangan sa iyong posisyon at nagpapahintulot sa iyong maging mas handa sa anumang pagsubok na darating.

Ang pinakamahalaga, sa pagtatago ng iyong lihim na kalakasan, ay ang pagkakaroon ng pasensya at disiplina. Hindi mo kailangang ipakita ang lahat ng iyong lakas kaagad—ang tamang panahon ay darating. Kapag ang oras ay dumating at ang sitwasyon ay nangangailangan ng iyong buong lakas, ang pagpapakita ng iyong lihim na kakayahan ay magiging hindi lamang isang sorpresa kundi isang malupit na hakbang patungo sa tagumpay.

Sa madaling salita, magtago ng iyong mga lihim na kalakasan at gamitin ang mga ito kapag pinakamahalaga. Ang mga pagkakataon na magbibigay ng pinakamalaking epekto at tagumpay ay hindi palaging darating sa simula ng laban. Minsan, ang pag-iingat sa iyong kakayahan at pagpapakita ng tamang lakas sa tamang oras ang magbibigay sa iyo ng pinakamahusay na posisyon upang magtagumpay.

Batas 34: Ang Pagkakaroon ng Estratehikong Katahimikan ay Isang Lakas

"Ang pagpapakita ng katahimikan sa tamang oras ay isang estratehiyang hindi madaling makita ng iba. Ang mga malalakas na lider ay hindi agad nagpapakita ng reaksyon o opinyon. Pinipili nilang magsalita lamang kapag kinakailangan, at ang hindi pagpapakita ng emosyon o reaksyon ay nagbibigay sa kanila ng kontrol sa sitwasyon."

Sa mga mahihirap na sitwasyon, ang kakayahang manatiling tahimik ay isang uri ng lakas na hindi madaling makita ng iba. Maraming tao ang natural na nagpapakita ng kanilang emosyon o reaksyon sa tuwing sila ay nahaharap sa isang hamon o kritikal na sitwasyon. Ngunit ang mga malalakas na lider at matagumpay na tao ay may kakayahang magbigay ng katahimikan sa tamang oras, at ito ay isang estratehiya na hindi agad nakikita o naiintindihan ng kanilang mga kalaban o kasama. Ang katahimikan, kapag ginamit nang tama, ay nagiging isang sandata na nagbibigay sa iyo ng kontrol at lakas sa anumang sitwasyon.

Ang hindi pagpapakita ng agad na reaksyon o opinyon sa mga mahihirap na sitwasyon ay nagpapakita ng disiplina at katalinuhan. Kapag ang isang tao ay hindi agad nagpapakita ng emosyon—lalo na sa mga kritikal na desisyon—nagiging mahirap para sa iba na basahin ang kanilang posisyon o intensyon. Ang katahimikan ay isang paraan ng pagtatago ng iyong mga iniisip, at ito ay nagiging isang mekanismo na nagbibigay sa iyo ng pagkakataon na mag-isip ng mas malinaw at magplano ng mas maayos bago magdesisyon.

Halimbawa, sa isang negosyo o negosasyon, ang isang lider na hindi agad nagpoprotesta o nagpapakita ng reaksyon sa mga hindi kanais-nais na ideya ay nagpapakita ng kontrol. Sa halip na magpadalos-dalos at magbigay ng opinyon sa simula pa lamang, ang lider na ito ay maaaring manahimik at mag-obserba, tinitingnan ang lahat ng aspeto ng sitwasyon. Ang ganitong klase ng katahimikan ay nagbibigay sa kanila ng kalamangan dahil sa kanilang kakayahang mag-isip ng mas maayos at gumawa ng mas makatarungan at maingat na desisyon.

Ang estratehikong katahimikan ay hindi lamang isang anyo ng pagtahimik, kundi isang aktibong pagpili na huwag magbigay ng anumang senyales ng kahinaan, galit, o pagka-kontrolado. Halimbawa, kung ikaw ay isang lider sa isang krisis, ang pagpapakita ng katahimikan ay nagpapakita ng iyong lakas at kakayahang humarap sa mga pagsubok nang hindi nagpapadala sa emosyon. Sa ganitong paraan, ikaw ay nagiging mas maaasahan at nakakatulong na magbigay ng isang maayos na direksyon sa iyong mga kasamahan.

Sa mga oras ng pag-aalinlangan o kaguluhan, ang hindi pag-react o pagpapakita ng emosyon ay nagbibigay sa iyo ng lakas upang manguna. Ang mga tao ay madalas tinitingnan ang mga lider o tao sa kanilang paligid upang makuha ang kanilang reaksyon, at kung ikaw ay hindi agad magpapakita ng anumang emosyon o galit, ikaw ay nagiging simbolo ng kalmado at pag-iisip na may kontrol sa lahat ng nangyayari.

Ang estratehikong katahimikan ay hindi nangangahulugang pagpapakita ng kahinaan o kawalan ng pagkilos. Sa halip, ito ay isang matalinong estratehiya na nagpapakita ng lakas ng loob upang maghintay para sa tamang pagkakataon na magsalita at kumilos. Ang mga malalakas na lider ay hindi palaging nagsasalita o nagpapakita ng kanilang opinyon sa bawat sitwasyon—pinipili nilang magsalita lamang kapag ang kanilang opinyon ay may malaking epekto at kapag ang kanilang salita ay magdadala ng tamang aksyon.

Sa madaling salita, ang katahimikan ay hindi palaging nangangahulugang kawalan ng lakas. Sa mga tamang pagkakataon, ang pagpapakita ng katahimikan ay isang sining ng kontrol, pagpaplano, at disiplina. Ang tamang katahimikan ay nagbibigay sa iyo ng oras upang mag-isip, makapag-plano, at magkaroon ng tamang desisyon sa pagharap sa mga susunod na hakbang. Ang mga tao na may kakayahang gamitin ang katahimikan sa tamang oras ay ang mga nagiging tunay na malakas—sapagkat ipinapakita nila na may kakayahan silang kontrolin ang sitwasyon, hindi lamang sa pamamagitan ng mga salita, kundi sa pamamagitan ng kanilang mga aksyon.

Batas 35: Ang Pagkilos ay Mas Mahalaga Kaysa sa Pananalita

"Ang tunay na lakas ay hindi nasusukat sa mga salita kundi sa mga aksyon. Ang mga taong laging nagsasalita tungkol sa kanilang mga plano ngunit hindi kumikilos ay hindi nakakapagpalakas ng kanilang posisyon. Kung nais mong magtagumpay at makuha ang respeto, magpakita ng aksyon sa halip na puro salita."

Sa mundo ng tagumpay at pamumuno, hindi sapat ang maging magaling sa pagsasalita o pagpapahayag ng mga plano. Ang tunay na lakas ng isang tao ay hindi nasusukat sa dami ng mga salitang binibigkas kundi sa mga hakbang na kanyang isinasagawa. Ang mga salitang walang katuparan ay nauurong at nawawala sa halaga; samantalang ang mga aksyon, na nagmula sa matibay na layunin, ay may tiyak na epekto at resulta. Kung nais mong makuha ang respeto ng iba at magtagumpay sa iyong mga layunin, hindi sapat na ipakita lamang ang iyong mga ideya—dapat mo rin itong isakatuparan sa pamamagitan ng mga konkretong aksyon.

Ang mga tao na palaging nagsasalita tungkol sa kanilang mga plano, ngunit hindi naman kumikilos, ay hindi nakakapagpatibay ng kanilang posisyon. Habang may mga tao na magaling magbigay ng malalaking pangako at magpahayag ng magagandang ideya, ang kanilang halaga ay nagiging limitado kapag hindi nila ito sinusuportahan ng mga praktikal na hakbang. Ang pagpapakita ng aksyon ay nagbibigay ng kredibilidad at nagpapatibay sa integridad ng isang tao. Sa pamamagitan ng paggawa ng mga hakbang upang tuparin ang iyong mga plano, ipinapakita mo sa iba na ang iyong mga salita ay may kahulugan at halaga.

Halimbawa, sa isang negosyo, maaaring marami kang ideya at plano na iparating sa iyong mga kasamahan o kliyente. Ngunit kung wala kang mga hakbang upang maisakatuparan ang mga planong ito, magiging mahirap para sa kanila na magtiwala at mag-respeto sa iyong kakayahan. Ang mga aksyon ay hindi lamang nagiging ebidensya ng iyong kakayahan, kundi nagsisilbing inspirasyon sa iba upang magtulungan at magtiwala sa iyong pamumuno. Ang mga konkretong hakbang ay nagtataglay ng lakas na magpapatibay ng iyong posisyon at magbibigay ng direksyon para sa hinaharap.

Sa mga pagkakataon ng hamon o pagsubok, ang mga salita ay madaling mawala sa hangin, ngunit ang mga aksyon ay nag-iiwan ng bakas at nagdadala ng pagbabago. Sa mga panahon ng krisis, ang mga tao ay hindi naghahanap ng mga magagandang salita; ang mga tao ay naghahanap ng solusyon. Ang aksyon ang magbibigay sa iyo ng kredibilidad at magpapalakas sa iyong imahe bilang isang tao na kayang magdala ng resulta.

Ang pagkilos ay hindi palaging madali, at ito ay nangangailangan ng lakas ng loob, disiplina, at dedikasyon. Ngunit ang pinakamahalaga, ang pagkilos ay nagpapakita ng iyong pangako at integridad. Habang ang mga salita ay maaaring magbigay inspirasyon, ang mga aksyon ang nagiging tunay na sukatan ng tagumpay. Kung nais mong magtagumpay at makuha ang respeto, magpakita ng aksyon sa halip na puro salita. Huwag hayaang maging isang taong puno ng pangako at plano, kundi isang tao na may kakayahang magsagawa at magtagumpay sa pamamagitan ng mga hakbang na iyong tinatahak.

Batas 36: Pagtanggap sa Mga Pagbabago ng Kapaligiran ay Lakas

"Ang mundo at kapangyarihan ay palaging nagbabago. Ang mga hindi marunong mag-adjust at tanggapin ang mga pagbabago ay nauurong at nawawala ang kanilang posisyon. Ang mga matatalinong lider ay hindi natatakot sa pagbabago. Bagkus, ini-embrace nila ito at ginagamit ito upang maging mas malakas."

Ang mundo ay hindi nananatiling pareho. Ang lahat ng aspeto ng ating buhay—mula sa ating personal na karanasan hanggang sa ating propesyonal na tagumpay—ay patuloy na nagbabago. Ang mga teknolohiya, ang mga kalakaran sa negosyo, at maging ang mga social dynamics ay patuloy na nagbabago sa mabilis na tempo. Ang mga lider na matatalino ay hindi tumatanggap ng pagbabago bilang isang banta, kundi bilang isang pagkakataon na magamit upang maging mas malakas at matagumpay. Ang kakayahang mag-adjust sa mga pagbabagong ito ay isang anyo ng lakas at katalinuhan na hindi madaling makamtan ng lahat.

Ang mga tao na hindi marunong mag-adjust sa mga pagbabago ay kadalasang nauurong at nawawala sa kanilang posisyon. Ang takot sa hindi pamilyar na mga sitwasyon ay nagiging hadlang sa kanilang paglago at tagumpay. Sa halip na yakapin ang mga pagbabago, pinipili nilang magsalita laban dito o maging sanhi ng kanilang sariling pagkatalo sa pamamagitan ng hindi pag-aangkop. Habang ang mundo ay patuloy na umuusad, ang mga taong hindi nakakasabay ay mabilis na nawawala sa eksena. Ang hindi pagkakaroon ng kakayahan o kagustuhan na mag-adjust sa mga pagbabago ay nagiging isang uri ng kahinaan na humahadlang sa anumang pagkakataon ng tagumpay.

Ang mga matatalinong lider at matagumpay na tao ay hindi natatakot sa mga pagbabagong dumarating. Bagkus, ini-embrace nila ang mga ito at ginagamit ito upang mapabuti ang kanilang kalagayan. Sila ay hindi nagtatagal sa nakaraan o sa mga bagay na hindi na makikinabang sa kanilang kasalukuyan. Sa halip, tinitingnan nila ang bawat pagbabago bilang isang pagkakataon upang mag-innovate, magbago, at magpatuloy sa pag-unlad. Ang mga pagbabagong ito ay hindi lamang tinatanggap bilang bahagi ng buhay, kundi ginagabayan sila upang makahanap ng mga bagong solusyon, ideya, at mga pagkakataon sa harap ng bagong mundo.

Isang magandang halimbawa nito ay ang mga negosyante na nag-aadapt sa mga bagong teknolohiya. Ang mga hindi nakakakita ng halaga sa pag-adopt ng mga bagong tools o pag-adjust sa mga bagong uso ay nauurong sa kanilang negosyo. Ang mga lider na matagumpay ay hindi natatakot sa mga teknolohiyang patuloy na umuusbong; sa halip, ginagamit nila ito upang mapabuti ang kanilang operasyon, palakasin ang kanilang posisyon, at magbigay ng mas mahusay na serbisyo sa kanilang mga customer. Ang mga pagbabago, sa kanilang pananaw, ay hindi lang mga pagsubok—mga ito ay mga oportunidad para sa paglago.

Ang pagtanggap sa pagbabago ay hindi lamang tungkol sa teknikal na aspeto; pati na rin sa ating mentalidad. Ang mga matagumpay na tao ay may mindset na bukas sa pagkatuto at adaptasyon. Hindi nila iniisip na ang mga lumang pamamaraan ay laging pinakamainam. Sa halip, tinitingnan nila ang mga ito bilang bahagi ng proseso ng pag-unlad at patuloy na pagkatuto. Bawat bagong ideya at karanasan ay isang hakbang tungo sa mas mataas na antas ng tagumpay at kapangyarihan.

Sa kabuuan, ang pagtanggap sa mga pagbabago ng kapaligiran ay isang uri ng lakas at katalinuhan. Ang mga tao na hindi natatakot sa pagbabago at kayang mag-adjust sa bagong mga kalagayan ay ang mga may kakayahang manguna at magtagumpay sa kahit anong pagsubok. Sa pagyakap sa mga pagbabagong ito, nagiging mas matatag, mas inobatibo, at mas malakas ang isang tao, kaya't siya ay patuloy na nagiging isang lider na hindi lamang sumusunod sa daloy ng buhay, kundi nagiging aktibong tagapagbago at tagapanguna sa kanyang larangan.

Batas 37: Huwag Ipagmalaki ang Iyong mga Tagumpay, Maging Mapagpakumbaba

"Ang pagpapakita ng sobrang pagpapahalaga sa iyong mga tagumpay ay maaaring magdala ng inggit at galit mula sa iba. Hindi palaging maganda ang pagpapakita ng iyong mga nakamtan. Ang tunay na kapangyarihan ay nagmumula sa pagiging mapagpakumbaba at pagpapakita ng pagpapahalaga sa mga taong tumulong sa iyong tagumpay. Iwasan ang pagmamalaki at hayaan ang iyong mga tagumpay na magsalita para sa iyong kredibilidad."

Ang pagiging mapagpakumbaba sa harap ng tagumpay ay hindi lamang isang birtud, kundi isang diskarte. Ang tunay na kapangyarihan ay hindi ipinapakita sa pamamagitan ng malalaking salita o pagpapakita ng tagumpay. Sa halip, ang lakas ay nasa pagpapakita ng pagpapahalaga sa mga tao at pagkakataon na tumulong sa iyong pag-abot ng mga layunin. Ang pagpapakumbaba ay isang sining ng pagpapakita ng respeto at pasasalamat sa mga sumuporta sa iyong tagumpay, at ito ay nagpapalalim ng iyong kredibilidad bilang isang tao na hindi nagpapakita ng kayabangan.

Minsan, ang pinakamalaking tagumpay ay hindi nasusukat sa mga medalya o premyo, kundi sa kakayahang magbigay ng pasasalamat sa mga taong naging bahagi ng iyong tagumpay. Ang mga tao sa paligid mo, ang mga sumuporta, nagtiwala, at nagbigay ng gabay sa iyong landas ay may malaking bahagi sa iyong tagumpay. Ang pagpapakita ng iyong pagpapahalaga sa kanila ay hindi lamang nagpapakita ng iyong kababaang-loob kundi nagiging inspirasyon din sa iba na magpatuloy sa pagtulong at pagtangkilik sa iyo.

Kung palaging nagpapakita ng pagmamalaki sa mga nakamtan, maaari kang mawalan ng koneksyon sa iba. Ang labis na pagyabang ay kadalasang nagiging sanhi ng pagkakaroon ng distansya sa mga tao at nagiging sanhi ng hindi pagkakaunawaan. Sa halip na magbigay ng negatibong impression, mas mainam na hayaang magsalita ang iyong mga tagumpay para sa iyo. Sa ganitong paraan, ang iyong kredibilidad ay magiging mas matibay at ang respeto ay natural na darating mula sa iba, nang hindi mo kinakailangan ipakita o ipagmalaki ang iyong mga nakamit.

Ang pagiging mapagpakumbaba sa kabila ng tagumpay ay nagpapakita ng matinding lakas ng karakter. Ang mga tunay na lider ay hindi kailanman nagsasalita tungkol sa kanilang mga tagumpay, ngunit ipinapakita nila ito sa kanilang mga aksyon. Ang kanilang lakas at kredibilidad ay nakatayo sa kanilang integridad, sa mga taong tumulong sa kanila, at sa kabutihang ipinapakita nila sa iba. Kaya, sa halip na magyabang, hayaan mong magsalita ang iyong mga tagumpay mismo—at sa paggawa nito, magiging higit pang kahanga-hanga ang iyong tagumpay sa mata ng iba.

Batas 38: Huwag Ipakita ang Iyong Pagka-Dependente sa Iba

"Ang pagpapakita ng labis na pangangailangan sa ibang tao ay nagpapahina ng iyong posisyon. Ang mga matatalinong lider ay laging nagpapaalala sa iba na kaya nilang tumayo sa kanilang mga sarili. Kapag ipinakita mong hindi ka umaasa sa tulong ng iba, ang respeto at kapangyarihan ay natural na susunod sa iyo."

Ang labis na pagpapakita ng pangangailangan sa ibang tao ay isang kahinaan na maaaring magpababa sa iyong kredibilidad at posisyon. Kapag ipinakita mong palaging umaasa sa tulong o suporta ng iba, nawawala ang iyong kakayahang magpakita ng sarili mong lakas at kapangyarihan. Ang pagiging masyadong dependent ay nagpapakita na hindi ka makakapag-isa, at sa ganitong paraan, maaaring mawala ang respeto at tiwala mula sa iba.

Ang mga matatalinong lider at matagumpay na tao ay nagpapakita ng kanilang kakayahan na mag-isip, magdesisyon, at kumilos nang mag-isa. Hindi nila ipinapakita na sila ay nangangailangan ng tulong o pagsuporta mula sa iba. Bagkus, pinapakita nila ang kanilang lakas sa pagiging independent at sa kanilang kakayahang magpatuloy kahit na walang tulong mula sa iba. Kapag natutunan mong tumayo sa iyong sariling mga paa at makapagdesisyon nang mag-isa, nagiging mas matibay ang iyong posisyon sa mga mata ng iba.

Ang pagpapakita ng pagka-independent ay nagdudulot ng respeto at paghanga mula sa iyong mga kasamahan at tagasunod. Ang mga tao ay mas nirerespeto ang mga lider na kayang magpakita ng lakas ng loob at pagpapasya nang hindi umaasa sa iba. Sa halip na ipakita ang iyong pangangailangan para sa tulong, ipakita na kaya mong harapin ang mga hamon at magtagumpay nang mag-isa. Sa ganitong paraan, makakamtan mo ang natural na respeto at kapangyarihan.

Sa mga pagkakataon na ikaw ay tumayo nang mag-isa, ang mga tao sa iyong paligid ay magkakaroon ng tiwala na kaya mong pamunuan at magdesisyon para sa iyong sarili at sa iyong mga kasamahan. Ang pagpapakita ng hindi pagiging dependent ay isang uri ng kapangyarihan, sapagkat pinapakita nito ang iyong kakayahang pamahalaan ang iyong buhay at mga sitwasyon nang walang tulong ng iba. Ang hindi pagpapakita ng pangangailangan ay nagiging simbolo ng iyong lakas at kakayahan.

Kaya't kung nais mong makuha ang tunay na respeto at kapangyarihan, maging isang tao na kayang magsarili. Iwasan ang pagpapakita ng labis na pangangailangan sa tulong ng iba, at sa halip, maging inspirasyon sa ibang tao sa pamamagitan ng pagpapakita ng iyong sariling lakas at kakayahan. Sa ganitong paraan, magiging mas matatag ang iyong posisyon at mas mataas ang iyong antas ng respeto at impluwensya sa mga tao sa paligid mo.

Batas 39: Magkaroon ng Kakayahang Magtakda ng Matibay na Hangganan

"Ang pagtatakda ng hangganan ay nagpapakita ng iyong lakas at kontrol. Hindi lahat ng tao ay may karapatang lapitan o maapektuhan ang iyong mga plano at layunin. Ang mga may kapangyarihan ay may kakayahang magtakda ng malinaw na hangganan at hindi pinapayagan ang sinuman na lumabag dito. Sa pamamagitan ng pagtatakda ng mga hangganan, pinapalakas mo ang iyong posisyon at ipinapakita mo ang iyong kontrol."

Ang pagtatakda ng mga hangganan ay isang makapangyarihang hakbang upang ipakita ang iyong lakas at kontrol sa iyong buhay at mga relasyon. Ang mga hangganan ay hindi lamang mga linya ng pisikal na espasyo, kundi pati na rin mga emosyonal, mental, at propesyonal na limitasyon na nagsasaad kung ano ang maaari at hindi maaaring mangyari sa iyong paligid. Ang kakayahang magtakda ng mga hangganan ay nagpapakita na ikaw ay may kontrol sa iyong mga desisyon at sa mga taong nakapaligid sa iyo.

Hindi lahat ng tao ay may karapatang pumasok sa iyong buhay o maapektuhan ang iyong mga plano at layunin. Ang mga may kapangyarihan at malalakas na lider ay may malinaw na pag-unawa sa kung ano ang tama at mali, kung ano ang magiging kapaki-pakinabang at ano ang hindi. Kapag ipinakita mo na may mga hangganan kang hindi tatawaran, ipinapakita mo ang iyong paggalang sa iyong sarili at sa iyong mga layunin. Ang hindi pagpapahintulot sa iba na lumabag sa mga hangganang ito ay nagiging simbolo ng iyong lakas at hindi madaling pagkatalo.

Ang pagtatakda ng hangganan ay hindi nangangahulugang pagiging malupit o hindi magiliw. Sa halip, ito ay isang uri ng pagpapakita ng respeto para sa iyong sarili at sa iba. Ipinapakita nito na ikaw ay may pagpapahalaga sa iyong oras, emosyon, at kapakanan. Kapag malinaw ang iyong hangganan, pinapakita mo rin sa iba na may mga limitasyon na hindi dapat labagin, na nagiging batayan ng respeto at pagkakakilanlan sa mga relasyon.

Sa pamamagitan ng pagtatakda ng mga hangganan, hindi lamang pinapalakas ang iyong posisyon, kundi ikaw ay nagiging mas tapat sa iyong sarili at sa iyong mga layunin. Ipinapakita mo sa lahat na may kontrol ka sa iyong buhay at mga desisyon, at hindi ka magpapadala sa mga impluwensiya na hindi umaayon sa iyong mga prinsipyo. Ang mga taong malakas at matagumpay ay hindi nag-aalangan na magtakda ng malinaw na hangganan at ipaglaban ang kanilang mga karapatan at kagustuhan.

Gayundin, ang pagtatakda ng hangganan ay nagbibigay sa iyo ng proteksyon laban sa mga nakakasama at mapanlinlang na tao. Kung walang malinaw na hangganan, ang mga tao ay maaaring magtangkang abusuhin ang iyong kabutihang-loob o kontrolin ang iyong buhay. Sa pamamagitan ng pagpapakita ng mga limitasyon, ipinapakita mong hindi ka madaling manipulahin o palitan ang iyong pananaw, kaya't pinapalakas ang iyong posisyon sa anumang sitwasyon.

Sa huli, ang kakayahang magtakda ng matibay na hangganan ay isang mahalagang bahagi ng pagiging makapangyarihan. Ang mga hangganan ay hindi lamang nagproprotekta sa iyong integridad, kundi nagpapakita ng iyong determinasyon at kakayahang magbigay ng direksyon sa iyong buhay. Huwag matakot magtakda ng mga hangganan at ipaglaban ang mga ito. Sa ganitong paraan, mas magiging maligaya at matagumpay ka sa iyong mga layunin at relasyon.

Batas 40: Pumili ng mga Tao na May Kahalagahan sa Iyong Layunin

"Hindi lahat ng tao ay may halaga sa iyong misyon. Ang pagpili ng mga tao na makikinabang at makakatulong sa iyong layunin ay isang mahalagang aspeto ng pagkuha ng kapangyarihan. Huwag mag-aksaya ng oras at enerhiya sa mga taong hindi tumutulong sa iyong tagumpay. Magtaguyod ng mga relasyon sa mga tao na mayroong kapakinabangan at interes na katulad ng sa iyo."

Ang bawat tagumpay ay may kasamang mga tao na may mahalagang papel na ginagampanan sa pag-abot ng iyong mga layunin. Ngunit hindi lahat ng tao sa iyong buhay ay magdadala ng halaga o magbibigay ng kontribusyon sa iyong misyon. Kaya't ang pagpapasya kung sino ang magiging bahagi ng iyong paglalakbay ay isang hakbang na may malaking epekto sa iyong kakayahang magtagumpay. Ang pagpili ng mga tao na may tamang kasanayan, interes, at pananaw na tumutugma sa iyong layunin ay isang pangunahing bahagi ng pagpapalakas ng iyong posisyon at kapangyarihan.

Sa bawat hakbang ng iyong buhay, kailangan mong maging maingat sa mga relasyon na iyong binubuo. Ang pag-aksaya ng oras at lakas sa mga tao na hindi nagbibigay ng kontribusyon sa iyong tagumpay ay maghahatid lamang ng pagkaubos ng iyong enerhiya at pansin. Habang ang mga hindi mahalagang tao ay maaaring maghatid ng mga sagabal, ang mga tamang tao ay magbibigay ng suportang kinakailangan para magtagumpay ka. Ang mga taong may kapakinabangan at makikinabang sa iyong misyon ay magiging likas na mga alyado na magbibigay lakas at gabay.

Ang pagpili ng mga tao na may parehong layunin o interes ay isang estratehiya na nagpapalakas ng iyong posisyon. Hindi mo kailangang makipag-ugnayan sa lahat; sa halip, magtayo ng mga ugnayan sa mga tao na may parehong mga hangarin at kagustuhan. Sa ganitong paraan, magkakaroon ka ng mga kasamahan na tutulong sa iyo at magtutulungan kayo upang makamit ang mga layunin. Ang mga koneksyon na ito ay magbibigay sa iyo ng lakas, ideya, at pananaw na magtutulungan sa pagpapalawak ng iyong kapasidad.

Mahalaga rin na piliin ang mga tao na may kakayahan at integridad. Kung ang iyong mga kasama ay hindi lamang may kakayahang mag-ambag kundi may malasakit din sa iyong layunin, magiging matatag ang iyong posisyon sa harap ng mga hamon. Ang mga taong may malasakit at seryoso sa kanilang ginagawa ay hindi lamang magiging mga tagasuporta kundi magiging mga katuwang na may pantay-pantay na halaga sa iyong paglalakbay.

Ang mga maling tao sa iyong buhay ay maaaring magbigay ng hadlang, abala, at sakit ng ulo. Ang kanilang mga layunin at pananaw ay maaaring hindi tumugma sa iyo, kaya't mahirap magtulungan nang maayos. Kaya't kapag pinili mong magtayo ng mga relasyon sa mga tamang tao, hindi ka lamang magiging mas matagumpay kundi magkakaroon ka rin ng mas magaan at mas positibong paglalakbay patungo sa iyong mga layunin.

Huwag mong sayangin ang oras mo sa mga hindi makikinabang sa iyong tagumpay. Kung nais mong magtagumpay at lumago, kailangan mong palibutan ang iyong sarili ng mga taong makikinabang at makakatulong sa iyong mga layunin. Ang tamang mga tao ay magbibigay ng mga oportunidad, mag-aambag ng ideya, at magsisilbing mga gabay sa iyong landas. Sa ganitong paraan, mas mabilis mong maaabot ang iyong mga pangarap at layunin.

Batas 41: Ang Pagiging Matulis at Maingat ay Magdadala ng Tagumpay

"Ang kakayahang maging matalim sa iyong mga desisyon at galaw ay isang mahalagang aspeto ng kapangyarihan. Ang mga lider ay may kakayahang mag-isip ng mabilis at tama sa mga mahahalagang sandali. Laging magplano ng maaga, ngunit maging handa rin sa mga hindi inaasahang sitwasyon. Ang matalinong pagsusuri sa bawat pagkakataon ay magbibigay sa iyo ng tagumpay sa bawat hakbang."

Ang tunay na kapangyarihan ay hindi lamang nasusukat sa lakas o impluwensiya, kundi sa kakayahan mong maging matalim at maingat sa iyong mga desisyon at hakbang. Ang pagiging matulis ay nangangahulugang may kakayahan kang makita ang mga pagkakataon at panganib sa iyong paligid, at mabilis na makagawa ng mga tamang desisyon. Ang matalinong lider ay hindi nag-aaksaya ng oras sa mga maling hakbang. Sa bawat desisyon, sila ay nag-iisip ng mabilis ngunit tama, kaya't bawat galaw nila ay may layuning magdala ng tagumpay at pag-unlad.

Ang mga lider na matagumpay ay hindi umaasa lamang sa kanilang karanasan, kundi pinapalakas nila ito ng maingat na pagsusuri at pagpaplano. Ang pag-iisip ng maaga ay isang malupit na kalamangan. Kapag ikaw ay may mga plano at estratehiya na handa na bago pa dumating ang isang sitwasyon, nagiging mas madali para sa iyo ang mag-adjust at kumilos ng mabilis sa mga pagkakataon na nangangailangan ng mabilisang aksyon. Sa kabila ng mga plano, ang pagiging handa sa mga hindi inaasahang sitwasyon ay isa ring susi sa tagumpay. Walang sitwasyon na laging pareho, kaya't ang pagiging handa sa mga pagbabago o pagsubok ay nagpapakita ng iyong kahusayan.

Ang matalim na pag-iisip ay hindi lamang tungkol sa mga desisyon na ginagawa sa mga plano, kundi pati na rin sa bawat pagkakataon na dumarating. Ang matalinong pagsusuri ng bawat detalye at ang kakayahang makita ang mga posibilidad sa bawat hakbang ay nagbibigay sa iyo ng kalamangan. Kailangan mong makinig at magmasid nang maigi upang malaman kung ano ang magdadala ng tagumpay at kung ano ang makapagpapahina sa iyong posisyon. Sa ganitong paraan, ang iyong bawat desisyon ay magiging mas makapangyarihan at tiyak, at ang iyong mga galaw ay magiging mas epektibo.

Sa bawat hakbang at desisyon, laging maging maingat. Ang pagiging matalim sa iyong mga desisyon ay hindi nangangahulugang mabilis lang ang iyong pagkilos, kundi itinataguyod nito ang pag-iisip na puno ng pagpaplano at konsiderasyon. Bawat galaw na ginagawa mo ay dapat na may layunin at hindi batay lamang sa emosyon o pagkakataon. Ang matalinong lider ay laging may long-term na pananaw, at bawat hakbang na ginagawa ay para sa ikabubuti ng kanyang layunin at hindi lamang para sa kasalukuyan.

Sa huli, ang kakayahang maging matulis at maingat ay isang pangunahing aspeto ng tagumpay. Ang mga tamang desisyon at galaw ay magdadala sa iyo sa mga tagumpay na iyong minimithi. Sa pamamagitan ng maingat na pagsusuri, pagpaplano, at mabilis na aksyon, matutulungan mong magtagumpay sa mga mahihirap na sitwasyon, at madadala mo ang iyong layunin patungo sa tagumpay.

Batas 42: Ang Pagkilala sa Kahinaan ng Iba ay Lakas

"Ang tunay na kapangyarihan ay hindi laging nakabase sa iyong sariling lakas. Ang pagkakaroon ng kakayahang makilala ang kahinaan ng iyong mga kalaban ay isang malupit na asset. Sa pamamagitan ng tamang pag-aanalisa, matutukoy mo kung saan mo sila mahihirapan, at makakahanap ng mga paraan upang makuha ang kanilang lakas laban sa kanila."

Ang tunay na kapangyarihan ay hindi palaging nakasalalay sa iyong sariling lakas, kundi sa iyong kakayahang kilalanin at gamitin ang kahinaan ng iba. Ang pagiging may alam sa kahinaan ng iyong mga kalaban ay isang estratehiya na kadalasan ay hindi nakikita ng marami, ngunit ito ay isa sa mga pinaka-makapangyarihang armas na maaari mong gamitin. Ang tamang pag-aanalisa at pagmamasid sa iyong mga kalaban ay nagbibigay sa iyo ng kalamangan na magagamit mo upang mapalakas ang iyong posisyon at kontrolin ang sitwasyon.

Ang mga lider na matagumpay ay hindi lamang nakatutok sa kanilang sariling lakas at kalakasan; nakatuon din sila sa pag-unawa sa mga kahinaan ng iba. Kung alam mo ang mga aspeto ng iyong kalaban na mahina, maaari mong gamitin ang mga ito sa iyong pabor. Hindi mo kailangang gamitin ang brute force o malupit na mga taktika; ang simpleng pagkakaroon ng kaalaman sa kung saan sila mahina ay magbibigay sa iyo ng lakas upang magplano ng mga hakbang na magpapalakas sa iyong posisyon.

Ang pagsusuri ng kahinaan ng ibang tao ay isang proseso ng pag-unawa sa kanilang mga takot, kahinaan, at mga limitasyon. Halimbawa, maaari mong malaman kung ang isang tao ay may kakulangan sa emosyonal na katatagan, o kaya naman ay madaling maapektohan ng mga stressor. Ang mga kaalaman na ito ay nagbibigay sa iyo ng pagkakataon upang manipulahin ang mga sitwasyon at gawing paborable ang mga pagkakataon para sa iyo.

Hindi mo rin kailangang gamitin ang kahinaan ng iba sa isang mapanlinlang na paraan. Sa halip, maaari mo itong gamitin upang makabuo ng mga estratehiya na magbibigay sa iyo ng mas malalaking tagumpay. Sa pamamagitan ng tamang pag-aanalisa at pag-unawa sa kahinaan ng iyong kalaban, magkakaroon ka ng mga pagkakataon upang magtulungan, makakuha ng pabor, at magpatibay ng mga relasyon na magbibigay sa iyo ng karagdagang lakas.

Ang pinakamahalaga sa lahat, ang pagpapakita ng kakayahang kilalanin at gamitin ang kahinaan ng iba ay hindi isang tanda ng panghihina, kundi ng katalinuhan at mataas na level ng kontrol sa iyong mga galaw. Sa bawat pagkakataon na ipinapakita mo na nauunawaan mo ang mga limitasyon ng iyong kalaban, ipinapakita mo rin ang iyong sariling kalakasan. Ang kakayahang makita ang mga kahinaan ng iba ay nagiging susi sa iyong tagumpay at nagbibigay sa iyo ng mga pagkakataon upang lumago at makamit ang iyong layunin.

Sa ganitong paraan, ang tunay na kapangyarihan ay hindi palaging nakasalalay sa pag-angat ng iyong lakas kundi sa pagpapakita ng iyong talino sa pagpaplano at paggamit ng mga kahinaan ng ibang tao upang makuha ang tagumpay.

Batas 43: Lumikha ng Pagkakataon sa Paghihirap

"Minsan, ang pinakamatinding pagkakataon ay nagmumula sa mga sitwasyon ng pagsubok. Ang mga taong may kakayahang magbukas ng mga pinto sa oras ng hirap at problema ay siyang may tunay na lakas. Maging handa sa mga pagsubok, at gamitin ito upang magsimula ng mga bagong oportunidad na hindi nakikita ng iba. Ang hirap ay isang pondo ng bagong pagkakataon kung titignan ito sa tamang pananaw."

Ang mga pinakamalalaking oportunidad sa buhay ay madalas hindi dumadating sa mga oras ng kaligayahan o tagumpay, kundi sa mga panahon ng pagsubok at hirap. Ang mga tao na may kakayahang lumikha ng pagkakataon mula sa mga mahirap na sitwasyon ay siyang may tunay na lakas. Sa halip na matakot o mawalan ng pag-asa kapag nahaharap sa mga pagsubok, ang mga matatalinong lider ay ginagamit nila ang mga pagkakataong ito upang maghanap ng mga bagong direksyon at makakuha ng mga benepisyo na hindi nakikita ng iba.

Sa bawat hirap o pagsubok, may mga aral at oportunidad na maaaring magbukas sa iyo, ngunit ito ay nakasalalay sa iyong pananaw at kakayahan na magbago ng pananaw. Habang ang iba ay natatakot at nadidismaya, ang mga may lakas ay nakikita ang hirap bilang isang daan patungo sa bagong posibilidad. Ang hirap, sa pamamagitan ng tamang pananaw, ay nagiging isang pondo ng bagong pagkakataon. Maaaring ang isang kabiguan o problema ay nagiging isang pinto na magbubukas sa mga bagong solusyon, negosyo, o pagkakataon na hindi mo kailanman inisip na magiging posible.

Sa mga panahon ng pagsubok, ang isang lider ay hindi natatakot sa kawalan ng kontrol o sa kalamidad. Sa halip, siya ay nagsasaliksik ng mga solusyon, nagpapakita ng tapang, at nagiging mapanuri sa mga paraan kung paano mapapalakas ang kanyang posisyon. Ang kakayahan niyang lumampas sa mga problema at maghanap ng mga oportunidad ay nagbibigay sa kanya ng kalamangan laban sa mga hindi nakikita ang mga posibilidad na nagmumula sa hirap.

Halimbawa, sa negosyo o sa anumang industriya, ang mga lider na may kakayahang magbukas ng mga pagkakataon sa mga mahihirap na sitwasyon ay kadalasang nakikita bilang pinakamahalaga at pinakamahalagang tao. Kapag ang isang negosyo ay naharap sa krisis, ang mga pinuno na hindi natatakot maghanap ng mga solusyon at magbukas ng mga bagong pinto ay madalas magtagumpay, habang ang mga natatakot o hindi kumikilos ay nauurong at nawawala. Ang hirap ay hindi isang hadlang, kundi isang pagkakataon na magpatawid sa iyo sa isang mas mataas na antas.

Ang key dito ay ang pagiging handa at bukas sa mga pagsubok. Hindi mo malalaman ang mga potensyal na oportunidad maliban kung ikaw ay handang makita ang halaga ng hirap. Kailangan mong magsanay ng mindset na ang mga problema at pagsubok ay mga pagkakataon sa halip na mga balakid. Sa ganitong paraan, ang iyong kakayahan na lumikha ng pagkakataon sa paghihirap ay magsisilbing isang malaking lakas sa iyong tagumpay.

Batas 44: Ang Kakayahang Magbago ng Form o Aklat ay Isang Lakas

"Huwag manatili sa iisang anyo lamang. Ang mga pinuno na may kakayahang magbago ng estilo, taktikang, o ugali ayon sa sitwasyon ay ang mga tunay na makapangyarihan. Kung ikaw ay may kakayahang mag-adapt, makakapagsimula ka ng mga bagong diskarte at hindi madaling mahulaan ng iba. Ang pagiging flexible ay isang uri ng lakas na bihirang makuha."

Ang kakayahang magbago ng form, estilo, taktika, o ugali ayon sa mga sitwasyon ay isang natatanging uri ng lakas. Ang mga lider na may ganitong kakayahan ay hindi natatakot sa pagbabago, bagkus, ginagamit nila ito bilang isang estratehiya upang manatiling malakas at makapangyarihan. Hindi sila nagiging prediktable o mahuhulaan ng iba, dahil ang kanilang mga galaw ay laging umaayon sa kasalukuyang kalagayan, at hindi nananatili sa isang estado lamang. Ang kakayahang mag-adjust at magbago ng anyo ay isang sining na bihirang matutunan, ngunit ito ang siyang nagbibigay sa isang tao ng kalamangan sa mundo ng kapangyarihan.

Sa bawat sitwasyon, ang mga makapangyarihang lider ay nagiging flexible—nakakapagbago ng kanilang taktika o istilo depende sa pangangailangan. Halimbawa, sa isang krisis, maaaring magbago ang kanilang paraan ng pamumuno mula sa pagiging malupit at direktang tagapagtanggol sa pagiging isang mahinahon at strategic na tagapagplano. Sa mga oras ng tagumpay, maaaring magbago ang kanilang estilo mula sa pagiging maingat at introverted patungo sa pagiging mapagbigay at inspirasyonal. Ang mga lider na hindi kayang magbago ng anyo ay madaling mahulog sa mga rutang hindi makikinabang sa kanila at sa kanilang mga tagasunod.

Ang pagiging flexible sa iyong mga diskarte ay hindi lamang tungkol sa pag-aadapt sa mga pagbabago ng sitwasyon. Ito rin ay nangangahulugang pagiging handa na baguhin ang iyong approach sa iba't ibang mga tao, lalo na kapag hindi mo nais na mawalan ng respeto o kontrol. Kapag alam mong magbago ng anyo at mag-adjust, magagawa mong makontrol ang mga sitwasyon na hindi mo kayang kontrolin noong una. Ang pagiging hindi mahuhulaan ay isang uri ng lakas—hindi mo ipinapakita ang iyong mga intensyon agad, at dahil dito, mas may pagkakataon kang magpatuloy at makuha ang iyong mga layunin nang hindi inaasahan ng iba.

Ang mga pinuno na matutong magbago ng form ay nagiging mas epektibo at hindi natatakot sa mga bagong hamon. Habang ang iba ay nahulog sa mga nakasanayang taktika at porma, ang mga bihasang lider ay patuloy na humahanap ng mga bagong paraan at diskarte upang mas mapalakas ang kanilang posisyon. Ang kakayahang magbago ay hindi isang senyales ng kahinaan kundi isang patunay ng kakayahan at katalinuhan sa pamumuno.

Sa huli, ang lakas ng pagbabago ay nagbibigay ng kakayahan sa isang lider na mangibabaw sa mga sitwasyon at manatili sa ibabaw, gaano man kahirap ang hamon. Kung kaya mong magbago ng form at hindi magpakita ng pagiging parehong tao sa lahat ng pagkakataon, mas magiging malakas ka sa mga aspeto ng pamumuno na nagmamasid sa lahat ng iyong galaw.

Batas 45: Ang Pagiging Matiyaga ay Isang Disiplina

"Ang mabilis na tagumpay ay isang ilusyon. Ang mga makapangyarihang tao ay hindi natatakot sa mabagal na tagumpay, kundi sa pagiging tapat at matiyaga sa proseso. Ang pagsunod sa mga plano at ang walang sawang pagtrabaho ay magdadala sa iyo ng tagumpay na higit na magtatagal. Ang pag-push sa iyong mga limitasyon ng may disiplina ay susi sa isang matagumpay na hinaharap."

Ang mabilis na tagumpay ay isang ilusyon na madalas magdulot ng pagkabigo. Ang tunay na kapangyarihan ay nagmumula sa tiyaga, disiplina, at patuloy na pagsisikap sa kabila ng mga hadlang at pagsubok. Ang mga makapangyarihang tao ay nauunawaan na ang tagumpay ay hindi isang bagay na nakukuha nang biglaan—ito ay isang proseso na nangangailangan ng panahon, sipag, at matibay na loob.

Ang pagiging matiyaga ay hindi nangangahulugan ng paghihintay lamang, kundi ng patuloy na pagkilos kahit hindi pa nakikita ang resulta. Maraming tao ang sumusuko dahil hindi nila agad nakikita ang bunga ng kanilang pagsisikap, ngunit ang mga tunay na matatag ay patuloy na gumagalaw, nagtitiwala sa kanilang plano, at pinaninindigan ang kanilang direksyon.

Ang disiplina ay isang mahalagang aspeto ng tiyaga. Sa bawat hakbang patungo sa tagumpay, may mga tukso at pagsubok na maaaring humila pababa. Ngunit ang mga may tunay na determinasyon ay hindi nagpapadala sa mga hadlang na ito. Sila ay patuloy na nagpapanday ng kanilang kakayahan, ini-improve ang kanilang sarili, at hindi tumitigil hangga't hindi nila nakukuha ang nais nilang makamit.

Ang pagkakaroon ng tiyaga ay nagbibigay ng matibay na pundasyon sa tagumpay. Habang ang iba ay madaling sumuko sa gitna ng laban, ang mga matiyagang tao ay nagiging haligi ng tagumpay dahil sa kanilang hindi matinag na determinasyon. Ang mundo ay puno ng mga taong may talento, ngunit ang nagwawagi ay ang mga taong may tiyaga at disiplina upang ipaglaban ang kanilang pangarap.

Sa huli, ang pagiging matiyaga ay hindi lamang tungkol sa pagtitiis kundi sa matalinong pagtatrabaho at patuloy na pagpapalakas ng sarili. Ang tunay na tagumpay ay hindi minamadali—ito ay dahan-dahang binubuo, pinagyayaman, at pinapatibay hanggang sa maging isang bagay na hindi madaling maglaho.

Batas 46: Magkaroon ng Lihim na Yaman

"Ang pinakamalalaking tagumpay ay hindi laging ipinapakita agad. Ang mga may kapangyarihan ay may lihim na mga yaman na hindi agad binubuksan sa publiko. Ang mga materyal na bagay at kaalaman ay mas epektibong ginagamit kung ito ay hindi ipinagmamalaki. Iwasang ipakita ang lahat ng iyong kayamanan sa mga hindi karapat-dapat; ang lihim na pag-aari ay nagbibigay sa iyo ng kalamangan sa anumang laban."

Ang tunay na may kapangyarihan ay hindi kailangang ipakita ang lahat ng kanyang kayamanan, kakayahan, o kaalaman sa iba. Ang mga pinakamahuhusay na lider at strategist ay may mga nakatagong yaman—hindi lamang sa materyal na aspeto kundi pati sa kaalaman, koneksyon, at impluwensya—na hindi nila agad inilalantad.

Ang isang lihim na yaman ay maaaring nasa anyo ng impormasyon na maaaring gamitin sa tamang panahon, isang espesyal na kasanayan na maaaring ipakita lamang kapag kinakailangan, o isang pinansyal na reserba na maaaring magamit sa mga di-inaasahang pagkakataon. Ang hindi pagpapakita ng lahat ng iyong ari-arian o kakayahan ay isang anyo ng depensa. Kapag hindi ka madaling mabasa ng iba, hindi ka nila madaling mapapabagsak.

Maraming tao ang nahuhulog sa bitag ng pagmamalaki. Ipinapakita nila ang lahat ng kanilang tagumpay, ini-expose ang kanilang yaman, o ipinagmamalaki ang kanilang kakayahan. Ngunit ang tunay na matatalino ay alam kung kailan tatahimik at kailan gagalaw. Sa ganitong paraan, nagkakaroon sila ng kalamangan sa larangan ng negosyo, politika, o anumang kompetisyon sa buhay.

Ang sikreto ng kapangyarihan ay ang kakayahang gumamit ng yaman sa tamang oras at para sa tamang dahilan. Huwag hayaang makita ng lahat ang iyong buong kakayahan—ang hindi nila alam ang siyang magbibigay sa iyo ng kontrol. Ang isang lihim na kayamanan, materyal man o hindi, ay isang kalamangan na maaaring maging sandata mo sa hinaharap.

Batas 47: Ang Pagtanggap ng Pagkatalo bilang Hakbang sa Pagkatuto

"Ang mga pagkatalo ay hindi dapat ikatakot, kundi ituring bilang oportunidad para matuto. Ang bawat pagkatalo ay nagiging isang hakbang patungo sa tagumpay kung tinutukoy mo ang mga aral na matutunan mula rito. Ang mga lider na tumanggap at natututo mula sa pagkatalo ay mas matibay at mas handa sa mga susunod na hamon."

Sa buhay, hindi maiiwasan ang pagkatalo. Ito ay isang bahagi ng anumang laban, negosyo, relasyon, o pangarap. Ngunit ang tunay na matatalino at makapangyarihang tao ay hindi natatakot sa kabiguan. Sa halip, ginagamit nila ito bilang isang mahalagang guro na nagtuturo ng mahahalagang aral.

Ang bawat pagkatalo ay may dahilan. Maaaring ito ay dahil sa maling estratehiya, kakulangan sa paghahanda, o simpleng mga di-inaasahang pangyayari. Sa halip na masiraan ng loob, dapat itong tingnan bilang isang pagkakataon upang suriin kung ano ang dapat baguhin at pagbutihin. Ang mga hindi natututo sa kanilang mga pagkakamali ay nauulit lamang ang parehong pagkatalo, ngunit ang mga matatalino ay ginagawang pundasyon ang kanilang pagkabigo upang makabuo ng mas matatag na estratehiya sa hinaharap.

Sa kasaysayan, maraming matagumpay na lider, imbentor, at negosyante ang dumaan sa serye ng kabiguan bago nila narating ang kanilang tagumpay. Hindi sila sumuko, bagkus ginamit nila ang kanilang pagkatalo bilang isang mahalagang hakbang sa pag-angat. Ang pagtanggap sa pagkatalo nang may bukas na kaisipan ay isang tanda ng tunay na lakas, dahil ipinapakita nitong may kakayahan kang magbago, matuto, at maging mas mahusay.

Sa halip na katakutan ang pagkabigo, yakapin ito bilang bahagi ng iyong paglalakbay. Ang bawat talo ay isang leksyon, at ang bawat leksyon ay isang hakbang papunta sa mas matibay, mas matalino, at mas matagumpay na bersyon ng iyong sarili.

Batas 48: Huwag Magpakita ng Pag-aalala

"Ang mga tao ay nakakaramdam ng lakas mula sa mga lider na hindi nagpapakita ng pag-aalala. Kung ang iyong layunin ay magbigay ng lakas, ipakita na ikaw ay kalmado at kontrolado, kahit na ang sitwasyon ay puno ng tensyon. Ang mga malalakas na lider ay hindi tinatablan ng takot o pangamba, at ito ay nagbibigay ng inspirasyon sa mga tao na sundan sila."

Ang tunay na lakas ay makikita sa kakayahang manatiling kalmado sa gitna ng kaguluhan. Ang mga lider na hindi nagpapadala sa takot, duda, o pangamba ay nagiging haligi ng katatagan sa mga tao sa kanilang paligid. Ang pagpapakita ng kontrol sa emosyon at kilos, kahit sa gitna ng matinding pagsubok, ay nagpapalakas ng tiwala at respeto mula sa iba.

Sa anumang laban—maging ito man ay sa negosyo, politika, o personal na buhay—may mga pagkakataong susubukin ang iyong tapang. Ang mga mahihina ay nagpapadala sa nerbiyos at takot, ngunit ang matatalino at makapangyarihan ay natutunang itago ang kanilang pangamba. Hindi ito nangangahulugan ng pagiging manhid o walang pakiramdam, kundi isang sining ng pagiging estratehikong tahimik, mahinahon, at may kumpiyansa sa sarili.

Kapag ang isang pinuno ay nagpakita ng kahinaan sa anyo ng labis na pag-aalala o takot, nawawalan ng tiwala ang kanyang mga tagasunod. Ngunit kung ang isang tao ay nagpakita ng matatag na paninindigan, tiwala sa sarili, at hindi natitinag ng kahit anong balakid, siya ay nagiging isang inspirasyon at isang tunay na lider.

Sa harap ng problema, panatilihing kontrolado ang iyong reaksyon. Hindi mo maaaring palaging kontrolin ang sitwasyon, ngunit maaari mong kontrolin kung paano ka tutugon. At sa pamamagitan ng pagpapakita ng kapanatagan at kumpiyansa, magagawa mong baguhin ang pananaw ng iba at gabayan sila patungo sa tagumpay.

Batas 49: Ang Lakas ng Pagmamasid ay Isang Taktika

"Ang mga malalakas na tao ay hindi nagmamadali sa mga desisyon. Sila ay nagmamasid muna, tumitingin sa mga galaw ng ibang tao, at ina-analyze ang kanilang mga hakbang bago kumilos. Ang pagpapakita ng pasensya at pagmamasid sa tamang oras ay nagbibigay ng insight sa mga susunod na hakbang, na magpapalakas sa iyong posisyon."

Ang tunay na kapangyarihan ay hindi laging nakikita sa bilis ng pagkilos, kundi sa lalim ng pag-unawa bago gumawa ng hakbang. Ang mga pinakamalalakas na lider at estratega ay hindi basta-basta nagpapasya nang walang sapat na impormasyon. Sa halip, ginagamit nila ang kanilang mata at isip upang obserbahan ang kilos, motibo, at kahinaan ng iba bago sila kumilos.

Ang pagmamasid ay nagbibigay ng kalamangan. Kapag pinili mong manahimik at panoorin muna ang laro bago sumabak, mas nauunawaan mo ang direksyon ng mga kaganapan. Sa ganitong paraan, hindi ka basta-basta mahuhulog sa mga patibong o madadala ng emosyon. Ang pasensya sa pagmamasid ay isang sandata laban sa pabigla-biglang desisyon na maaaring magpahina sa iyong posisyon.

Sa mundo ng kompetisyon—maging sa negosyo, politika, o kahit sa personal na relasyon—ang mga taong nagmamasid nang maayos ay nagiging isang hakbang na mas ahead sa iba. Ang kakayahang unawain ang galaw ng iyong mga kalaban o kakampi ay nagbibigay sa iyo ng kontrol sa sitwasyon.

Bago kumilos, pag-aralan ang mga pattern ng iba. Obserbahan kung paano sila tumutugon sa presyon, paano sila nagdedesisyon, at kung anong kahinaan ang maaari mong gamitin sa tamang panahon. Sa pamamagitan ng taktikal na pagmamasid, nagkakaroon ka ng kapangyarihang hindi madaling makita ng iba—ang kakayahang makita ang darating bago pa ito mangyari.

Batas 50: Ang Pagkakaroon ng Mapanuring Isip ay Isang Armas

"Ang mga may kakayahang mag-isip ng mas malalim at makakita ng mga bagay na hindi nakikita ng nakararami ay may malupit na kalamangan. Ang pagtutok sa mga detalye at ang kakayahang magsuri ng mga senyales at mensahe ay nagbibigay ng lakas. Huwag magpadalos-dalos, at maging handa na mag-isip ng mas malalim bago magdesisyon."

Ang tunay na lakas ay hindi lamang nasa pisikal na kakayahan o posisyon sa lipunan, kundi sa kakayahang mag-isip nang mas malalim kaysa sa iba. Ang isang mapanuring isip ay isang sandatang nagbibigay ng malinaw na direksyon sa gitna ng kaguluhan. Ito ang nagbibigay ng kakayahang makita ang mga bagay na hindi agad napapansin ng iba, unawain ang tunay na motibo ng mga tao, at tukuyin ang mga oportunidad sa gitna ng panganib.

Ang mundo ay puno ng ingay—mga maling impormasyon, panlilinlang, at emosyonal na desisyon. Ang mga taong hindi sanay magsuri ay madaling madala sa daloy ng masang hindi nag-iisip. Ngunit ang mga may mapanuring pag-iisip ay hindi basta-basta napapaniwala. Iniisa-isa nila ang bawat detalye, pinag-aaralan ang mga nakatagong senyales, at iniiwasan ang mga patibong ng impulsibong pagdedesisyon.

Huwag magpadalos-dalos. Ang bawat desisyon ay may epekto, kaya't bago kumilos, pag-aralan muna ang sitwasyon. Ang malalim na pagsusuri ay hindi lamang tungkol sa paghahanap ng sagot, kundi sa pagtatanong ng tamang mga katanungan. Ano ang hindi sinasabi ng isang tao sa kabila ng kanyang mga salita? Ano ang tunay na intensyon sa likod ng isang kilos? Ano ang posibleng resulta ng bawat hakbang?

Ang mga taong may mapanuring isip ay hindi madaling dayain, hindi madaling manipulahin, at laging may isang hakbang na nauuna sa iba. Sa larangan ng buhay—sa negosyo, relasyon, o kahit sa kaligtasan sa isang mundo ng kompetisyon—ang kakayahang mag-isip ng mas malalim at makita ang hindi nakikita ng iba ay isang sandatang hindi kayang talunin.

Batas 51: Maging Katulad ng Bato, Matatag at Hindi Matitinag

"Sa oras ng pagsubok, ang mga matitibay na lider ay tulad ng mga bato—matatag at hindi tinatablan ng init o lamig. Ang pagiging malakas sa iyong pananaw at prinsipyo ay nagpapakita ng iyong lakas. Huwag hayaang ang mga pansamantalang paghamon o kalaban ay magpabagsak sa iyong plano. Ang tunay na lakas ay nasa pagtutok sa iyong mga layunin."

Sa gitna ng unos at pagsubok, ang tunay na makapangyarihan ay hindi basta-basta natitinag. Tulad ng isang bato na nananatiling matibay sa gitna ng malakas na agos, ang isang lider na may paninindigan ay hindi nagpapaapekto sa mga hadlang, panghuhusga, o panandaliang pagkabigo.

Ang mundo ay puno ng pagbabago at hindi inaasahang pagsubok. Ang mga mahihina ang loob ay mabilis bumibitaw sa kanilang mga pangarap at layunin, ngunit ang mga may tunay na lakas ay nananatiling nakatayo. Ang pagiging matatag ay hindi nangangahulugan ng katigasan ng ulo, kundi ng kakayahang manatili sa tamang landas kahit maraming hadlang.

Huwag hayaang ang pansamantalang sakit o panghihina ng loob ay sirain ang iyong pangmatagalang misyon. Ang tunay na tagumpay ay hindi nasusukat sa bilis, kundi sa tibay ng loob. Kapag ang iba ay sumusuko na, ikaw ay patuloy na lalaban. Kapag ang iba ay naliligaw, ikaw ay nananatili sa iyong direksyon.

Hindi ka maaaring maging alipin ng emosyon o opinyon ng iba. Ang tunay na lakas ay nasa pagtutok sa iyong layunin, kahit na ikaw ay nag-iisa. Tulad ng isang batong hindi natitinag sa bagyo, ang iyong determinasyon ang magiging pundasyon ng iyong tagumpay.

Batas 52: Huwag Magpakita ng Pagkabasag ng Puso

"Ang mga tunay na lider ay hindi nagpapakita ng kahinaan. Hindi nila ipinapakita ang mga emosyon ng kalungkutan, takot, o pagkabigo. Ang pagpapakita ng kabasagan ng puso ay nagbibigay ng pagdududa sa iyong lakas. Iwasan ang pagiging malungkot o nadedepress sa harap ng iba. Laging ipakita ang iyong matibay na aspeto, kahit pa ikaw ay dumadaan sa mga pagsubok."

Ang isang tunay na pinuno ay marunong magdala ng kanyang emosyon nang hindi ito nagiging sagabal sa kanyang misyon. Hindi ibig sabihin nito na wala kang damdamin, kundi marunong kang kontrolin ito sa tamang paraan.

Ang pagpapakita ng labis na kahinaan ay maaaring gamitin laban sa iyo ng iba. Ang mga taong naghihintay ng iyong pagbagsak ay susunggaban ang pagkakataong makita kang durog at wasak. Kung nais mong mapanatili ang iyong kapangyarihan at respeto, matuto kang dalhin ang iyong sakit at pangamba nang hindi ito nakikita ng lahat.

Hindi ito nangangahulugan na hindi ka maaaring magluksa o malungkot, ngunit piliin mo kung kanino mo ito ibabahagi. Maging matalino sa pagpili ng mga taong mapagkakatiwalaan mo ng iyong tunay na damdamin. Sa harap ng mundo, ipakita ang iyong katatagan. Sa pribadong sandali, doon mo lamang iproseso ang iyong emosyon.

Ang lakas ay hindi nakikita sa kawalan ng emosyon, kundi sa kakayahang kontrolin ito. Ang isang tunay na lider ay marunong ngumiti kahit sa gitna ng sakit, manatiling matatag kahit sa gitna ng unos, at lumaban kahit pa ang puso ay duguan.

Batas 53: Magkaroon ng Kakayahang Magtago ng mga Layunin

"Huwag ipakita agad ang iyong mga plano at layunin. Ang pagpapakita ng iyong mga hakbang ay maaaring magbigay ng pagkakataon sa mga kalaban upang hadlangan ito. Ang pinakamahusay na mga lider ay may kakayahang magtago ng kanilang mga layunin sa ilalim ng kaguluhan at makuha ang kanilang mga layunin ng hindi inaasahan ng iba. Ang sikreto sa tagumpay ay nasa kakayahang magtago ng plano at gamitin ito sa tamang panahon."

Magkaroon ng Kakayahang Magtago ng mga Layunin ay isang mahalagang prinsipyo na makakatulong sa mga lider, mangunguna, o sinuman na nagnanais magtagumpay sa anumang aspeto ng buhay, lalo na sa mga pagkakataon ng kompetisyon o pagtutunggali. Ang ibig sabihin nito ay huwag ipakita agad ang iyong mga plano o layunin sa iba, lalo na sa mga taong posibleng maghadlang o magpahirap sa iyong tagumpay.

Sa bawat hakbang ng buhay, tulad ng sa negosyo, politika, o kahit sa personal na buhay, may mga pagkakataon na ang mga kalaban o mga taong hindi ka paboran ay maghahanap ng paraan upang pigilan ang iyong mga plano. Kung maipapakita mo agad ang iyong mga layunin, nagiging madali sa kanila na hadlangan ka o baguhin ang iyong direksyon. Halimbawa, kung ang isang negosyante ay nagpapakita ng plano ng kanyang bagong produkto sa kanyang mga kakompetensya, maaaring mapigilan siya nito bago pa man magsimula ang proyekto. O kaya, kung ang isang politiko ay masyadong nagpapakita ng kanyang mga plano para sa pagbabago, ang mga kalaban ay maaaring maglunsad ng kampanya upang pabagsakin siya bago pa man niya maisakatuparan ang kanyang layunin.

Ang mga pinakamahusay na lider o tagapanguna ay may kakayahang itago ang kanilang mga layunin at maghintay ng tamang panahon upang ilabas ito. Sa pamamagitan ng pagiging maingat at hindi agad nagpapakita ng lahat ng plano, nagiging mas mahirap para sa mga kalaban na magsagawa ng mga hakbang na makakasagabal sa iyo. Kapag ang plano ay inilunsad nang hindi inaasahan, may malaking pagkakataon na magiging matagumpay ito dahil wala nang panahon ang mga kalaban upang maghanda o magplano ng kanilang mga hakbang laban dito.

Isang magandang halimbawa nito ay ang mga negosyante na umaabot sa rurok ng tagumpay. Sila ay maaaring hindi nagpapakita ng kanilang buong plano sa kanilang mga kakompetensya. Hindi nila agad ipinapahayag ang lahat ng aspeto ng kanilang negosyo o ang susunod nilang proyekto. Bagkus, tinitingnan nila kung kailan at paano nila ito ilalabas sa tamang pagkakataon. Sa ganitong paraan, hindi nila binibigyan ng pagkakataon ang kanilang mga kalaban na magsagawa ng kontra hakbang. Ang lihim na pamamahagi ng impormasyon at mga hakbang ay isang paraan ng pamumuno na nagbibigay ng kalamangan sa lahat ng aspeto ng kompetisyon.

Sa huli, ang kakayahang magtago ng mga layunin ay hindi nangangahulugang pagiging lihim o mapanlinlang, kundi ito ay isang taktika ng pagpaplano at disiplina. Kailangan ng lider na magtaglay ng matinding pag-unawa sa sitwasyon at may sapat na lakas ng loob na ilabas ang plano sa tamang panahon at sa tamang paraan. Ang tagumpay ay hindi laging nakabatay sa bilis o sa laki ng plano, kundi sa kahusayan sa pamamahagi at pagsasakatuparan nito sa tamang pagkakataon, na hindi inaasahan ng iba.

Batas 54: Ang Pagtanggap sa Pagkabigo ay Hindi Pagtanggap ng Pagkatalo

"Ang pagkatalo ay isang aspeto ng buhay, ngunit ang pagtanggap nito ng may lakas ng loob ay hindi nangangahulugang pagsuko. Sa halip, ito ay isang hakbang upang matutunan ang aral at magpatuloy. Huwag ituring ang mga pagkatalo bilang permanenteng kabiguan. Ipagdiwang ang bawat pagkakataon na magtutulungan ka upang bumangon at maging mas malakas."

Ang Pagtanggap sa Pagkabigo ay hindi pagtanggap ng pagkatalo ay isang mahalagang prinsipyo sa buhay, lalo na para sa mga tao na nagnanais magtagumpay sa anumang larangan. Ang pagkatalo ay isang natural na bahagi ng ating karanasan bilang tao, at hindi maiiwasan. Ngunit ang pagtanggap nito ng may lakas ng loob at positibong pananaw ay isang napakahalagang hakbang upang makamit ang tagumpay sa hinaharap. Ang ating pananaw sa pagkatalo ay malaki ang epekto sa ating mga susunod na hakbang at sa ating kalagayan sa buhay.

Ang pagkatalo ay hindi nangangahulugang wakas na ng lahat. Ito ay isang pansamantalang kalagayan na nagiging bahagi lamang ng mas malaking larawan ng ating buhay. Ang tunay na pagkatalo ay ang kapag tumigil na tayo sa pagsubok, kapag tinanggap natin ang pagkatalo bilang permanente at hindi na tayo nagpatuloy. Ngunit ang pagtanggap sa pagkatalo ng may lakas ng loob ay nagpapakita ng katatagan ng loob at ang kahandaan nating matuto mula sa ating mga pagkakamali.

Ang pagkatalo ay may kasamang aral. Sa bawat pagkatalo, may mga bagay na natutunan—mga hakbang na hindi gumana, mga desisyon na hindi tama, at mga aspeto ng ating sarili na kailangang mapabuti. Ang pagtanggap ng pagkatalo nang hindi ito tinuturing na kabiguan ay isang paraan ng pagpapakita na nakahanda tayong magbago at maging mas mahusay. Kapag tinanggap natin ito bilang pagkakataon upang mag-reflect at mag-aral, mas malaki ang tsansa natin na magtagumpay sa susunod na pagkakataon.

Hindi ang pagkatalo ang magtatapos sa ating landas, kundi ang ating kakayahang bumangon mula rito. Ang bawat pagkatalo ay isang hakbang patungo sa mas malaking tagumpay. Sa halip na magpatalo sa ating kabiguan, maaari natin itong gawing motibasyon upang mas lalo pang magsikap at magtagumpay. Ang tunay na lakas ay makikita hindi sa pagiging perpekto o sa hindi pagkatalo, kundi sa pagiging handa nating bumangon at magsimula muli pagkatapos ng pagkatalo.

Ang pagtanggap sa pagkatalo ng may lakas ng loob ay nagpapakita ng isang malakas na karakter. Ito ay isang malalim na pagpapakita ng tapang at integridad. Ipinapakita nito na hindi tayo natatakot magkamali o matalo, at mas natututo tayo sa bawat pagsubok. Ang lakas ng loob ay hindi nangangahulugang hindi tayo natatakot, kundi na kahit natatakot tayo, patuloy tayong magpapatuloy at lalaban.

Kapag natutunan nating tanggapin ang pagkatalo bilang isang bahagi ng ating paglalakbay, natututo rin tayong ipagdiwang ang bawat pagkakataon na magbabalik-loob tayo at magpapatuloy. Ang bawat muling pagbangon mula sa pagkatalo ay isang tagumpay na dapat ipagdiwang, hindi lamang bilang tagumpay sa labanan kundi bilang tagumpay ng ating espiritu at lakas ng loob. Ang bawat hakbang na magpapatuloy tayo, kahit pagkatapos ng pagkatalo, ay isang malaking tagumpay.

Isipin mo ang isang atleta na nagtakda ng isang mataas na layunin upang manalo sa isang kompetisyon. Habang siya ay nagsasanay at naghahanda, hindi lahat ng kanyang mga pagsubok ay nagtagumpay.

Maraming beses siyang nadapa, nasaktan, at natisod. Ngunit sa bawat pagkatalo, natututo siya ng mga bagong bagay—mga teknik na kailangang baguhin, mga aspeto ng kanyang katawan at isipan na kailangan ng higit na disiplina. Pagkatapos ng bawat pagkatalo, bumangon siya, nagpatuloy sa kanyang pag-training, at patuloy na nagpapabuti. Sa huli, nakamit niya ang tagumpay, ngunit ang tunay na tagumpay ay hindi lang sa kanyang pagkapanalo kundi sa kanyang kakayahan na magpatuloy at magtagumpay pagkatapos ng bawat pagkatalo.

Ang tunay na pagsuko ay ang pagtanggap na ang pagkatalo ay permanente. Ngunit ang tunay na lakas ng isang tao ay makikita sa kanyang kakayahang tanggapin ang pagkatalo, matuto mula rito, at magpatuloy sa pagsubok. Ang bawat pagkatalo ay hindi isang katapusan, kundi isang pagkakataon para maging mas matibay at mas handa sa hinaharap. Sa bawat pagkakataon ng pagkatalo, ipagdiwang natin ang pagbangon at pagpapakita ng ating lakas ng loob at determinasyon. Sa ganitong paraan, ang bawat pagkatalo ay nagiging hakbang patungo sa tagumpay.

Batas 55: Lumikha ng Alon ng Epekto sa Maliit na Paggalaw

"Minsan, ang pinakamalalaking pagbabago ay nagsisimula sa maliliit na hakbang. Huwag balewalain ang mga maliliit na desisyon o hakbang. Ang mga maliliit na pagkilos ay maaaring magtulak ng mas malalaking epekto sa hinaharap. Magandang pagpapakita ng lakas ang pagkakaroon ng kontrol sa maliliit na aspeto at pagpapalawak nito sa mas malaking larawan."

Lumikha ng Alon ng Epekto sa Maliit na Paggalaw ay isang prinsipyo na nagpapaalala sa atin na kahit ang mga maliliit na hakbang at desisyon sa buhay ay may kakayahang magdulot ng malalaking pagbabago sa hinaharap. Minsan, ang mga maliliit na pagkilos na tila walang gaanong kahalagahan ay maaaring magbunga ng mga epekto na mas malaki kaysa sa inaasahan natin. Sa pamamagitan ng pagbibigay pansin at kontrol sa mga maliliit na bagay, makakabuo tayo ng isang mas malawak at mas makapangyarihang epekto sa ating buhay at sa paligid natin.

Hindi palaging kailangan ng malalaking hakbang o dramatikong pagbabago upang magsimula ng isang makulay na pagbabago. Minsan, ang isang maliit na desisyon na magaan lamang sa simula ay maaaring mag-umpisa ng isang chain reaction ng mga kaganapan. Halimbawa, isang simpleng hakbang ng pagpapasya na magtulungan sa isang tao o magbigay ng tulong sa isang maliliit na proyekto ay maaaring magdulot ng positibong epekto sa mas malaking komunidad. Sa bawat maliit na hakbang, tayo ay naglalatag ng mga pundasyon para sa mas malaking tagumpay o pagbabago.

Sa bawat aspeto ng ating buhay, may mga maliliit na bagay na kontrolado natin. Minsan, iniisip natin na hindi mahalaga ang mga bagay na ito—tulad ng kung anong oras tayo magigising, kung paano natin haharapin ang isang simpleng usapan, o ang pagpili ng maliliit na hakbang sa ating mga proyekto. Ngunit sa katagalan, ang mga bagay na ito ay nagiging pundasyon para sa mas malalaking bagay. Ang pagkakaroon ng kontrol sa mga maliliit na aspeto ng ating buhay ay nagpapakita ng ating kakayahan na magtakda ng direksyon at layunin. Ang mga maliliit na pagkilos ay parang mga alon sa dagat—kapag nagsimula, maaari itong maging malaki at makahulugan.

Ang pagbabago sa maliliit na bagay ay may malawak na epekto sa hinaharap. Halimbawa, isang maliliit na hakbang tulad ng pagbabago ng iyong mga ugali o pagkakaroon ng disiplina sa mga simpleng gawain ay maaaring magbukas ng mga bagong oportunidad o magdulot ng mas magagandang resulta sa hinaharap. Ang patuloy na paggawa ng mga maliliit na hakbang patungo sa pagpapabuti ay nagiging batayan para sa mas malalaking pagbabago sa buhay—mga tagumpay na hindi natin inaasahan dahil nagsimula lamang sa isang maliit na desisyon o aksyon.

Ang mga maliliit na hakbang ay hindi lamang natatapos sa isang bagay. Kapag nagsimula tayo ng isang maliit na aksyon, may kakayahan itong mag-expand o lumawak sa mas malaking larawan. Halimbawa, isang simpleng hakbang ng pagtulong sa isang tao sa isang proyekto ay maaaring magtulak ng iba pang tao na sumali at magbigay ng kanilang suporta. Sa ganitong paraan, ang isang maliit na hakbang ay nagiging bahagi ng isang mas malaking pagkilos na nakikinabang ang maraming tao.

Isipin mo ang isang tao na nagsimula ng simpleng pagbabago sa kanyang araw-araw na routine—halimbawa, mag-ehersisyo ng 15 minuto bawat araw. Sa simula, hindi siya makakakita ng malaking pagbabago, ngunit ang patuloy na pagkilos na ito ay magdudulot ng mga benepisyo tulad ng mas malusog na katawan, mas maraming enerhiya, at mas magandang disposisyon. Habang tumatagal, ang simpleng hakbang ng pag-eehersisyo ay nagiging isang malaki at makapangyarihang aspeto ng kanyang buhay. Minsan, ang pinakamalalaking tagumpay ay nagsisimula sa mga maliliit na hakbang na hindi natin agad nakikita.

Ang bawat maliit na hakbang na ating ginagawa ay may kakayahang magdulot ng malalaking epekto. Hindi natin alam kung paano magiging malaki ang epekto ng ating mga aksyon, ngunit sa pamamagitan ng pagpapakita ng disiplina, kontrol, at pasensya, makakakita tayo ng mga positibong pagbabago sa ating buhay. Ang mga maliliit na desisyon na ginagawa natin araw-araw ay may kakayahang magdulot ng malawak na epekto sa ating mga hinaharap na layunin, kaya't huwag natin itong baliwalain. Ang lakas ay hindi palaging nasa malalaking hakbang; minsan, ito ay matatagpuan sa mga maliliit na galaw na nagbibigay ng pagkakataon para sa mas malalaking pagbabago.

Batas 56: Ang Taktika ng Pag-iiwas ay Laban sa Mga Panganib

"Minsan, ang pinakamagandang hakbang ay ang hindi pagpasok sa isang laban. Hindi lahat ng kalaban ay kailangang labanan. Ang kakayahang mag-iiwas at lumikha ng ibang pagkakataon ay nagpapakita ng higit na katalinuhan kaysa sa pagpasok sa lahat ng laban. Ang tamang taktika ay may kasamang pag-iwas sa mga panganib at pagpapalakas ng iyong posisyon sa iba pang paraan."

Ang Taktika ng Pag-iiwas ay Laban sa Mga Panganib ay isang stratehiya na nagpapakita ng kahalagahan ng hindi laging pag-pasok sa bawat laban o pagsubok. Minsan, ang pinakamatalinong hakbang ay ang umiwas sa mga sitwasyong magdudulot lamang ng panganib o pagkalugi, sa halip na piliting makipaglaban nang walang sapat na pagkakataon o kahandaan. Ang kakayahang mag-iiwas at maghanap ng ibang pagkakataon ay hindi nangangahulugang duwag o mahina—sa halip, ito ay pagpapakita ng katalinuhan, disiplina, at pag-unawa sa mga limitasyon at lakas ng iyong sarili.

Hindi lahat ng pagsubok o kalaban ay karapat-dapat na labanan. May mga pagkakataon na ang pagsali sa isang laban, kahit pa may kakayahan ka, ay magdudulot lamang ng hindi kailangang panganib at pagkatalo. Ang kakayahang magpili ng laban—ang mga sitwasyon o isyu na talagang may halaga at makikinabang ka sa pagtulungan o paglaban—ay nagpapakita ng iyong kakayahan sa maingat na pag-paplanong taktika. Minsan, ang tamang hakbang ay hindi ang pagpasok sa isang komprontasyon, kundi ang pag-iiwas muna at paghanap ng mas magandang pagkakataon na may mas mataas na tsansa ng tagumpay.

Ang taktika ng pag-iwas ay hindi palaging nagmumungkahi ng takot o pagkatalo. Sa halip, ito ay isang taktikal na desisyon na nagpapakita ng iyong katalinuhan at kakayahang magplano. Ang isang matalinong lider o estratehista ay hindi kailangang pumasok sa bawat laban upang mapakita ang kanyang lakas; sa halip, pinipili niyang lumayo sa mga sitwasyong walang tagumpay na makukuha. Ang ganitong uri ng disiplina ay nagpapakita na may mas malalim na pag-unawa sa mga pangyayari at sa ating kakayahan. Sa pag-iiwas, nagkakaroon tayo ng pagkakataon na mapanatili ang ating lakas at posisyon para sa mga laban na tunay na mahalaga.

Ang taktika ng pag-iwas ay hindi nangangahulugang walang aksyon. Sa halip, ito ay nagpapakita ng pagtuon sa mga bagay na mas madali o mas siguradong mapagtagumpayan. Sa pamamagitan ng pag-iwas sa mga laban na hindi magdadala ng benepisyo, maaari mong palakasin ang iyong posisyon sa iba pang mga aspeto. Halimbawa, sa halip na makipaglaban sa isang hindi kapaki-pakinabang na labanan, maaari mong pagtuunan ng pansin ang pagpapalakas ng iyong mga alyado, pagpapabuti ng iyong mga kasanayan, o paghahanap ng mga pagkakataon na makikinabang ka sa mas maayos na kalagayan. Ang ganitong hakbang ay magbibigay sa iyo ng mas matibay na posisyon pagdating sa mga susunod na laban.

Minsan, ang pag-iwas sa panganib ngayon ay makikinabang sa atin sa hinaharap. Kung ipilit mo ang pakikialam o pagpasok sa isang laban na wala ka sa pinakamagandang posisyon, maaari kang malagay sa panganib o mawalan ng mahalagang yaman. Sa halip, ang pagtanggi na makisangkot at maghintay ng mas tamang pagkakataon ay maaaring magbigay sa iyo ng pagkakataon na mas palakasin ang iyong posisyon at maging mas handa para sa isang tagumpay na tiyak. Ito ay isang uri ng disiplina at pagtitimpi na hindi laging nakikita ng iba, ngunit sa dulo, ito ay nagdudulot ng mas malalaking benepisyo.

Isipin mo ang isang negosyo na nakatagpo ng isang potensyal na partner na may magagandang alok ngunit may mga hindi tiyak na aspeto at mataas na panganib. Sa halip na magmadali at magpasya agad, pipiliin ng negosyo na iwasan muna ang pakikipag-partner at maghintay ng pagkakataon kung saan magkakaroon sila ng mas klarong pang-unawa sa partner at mga terms ng kasunduan. Sa paggawa ng ganitong taktika ng pag-iwas, hindi lamang nila nailigtas ang kanilang sarili mula sa mga posibleng panganib, kundi nagbigay rin sila ng panahon upang maghanap ng mas magandang pagkakataon na magdudulot ng mas mataas na tagumpay at mas mababang panganib sa hinaharap.

Ang batas na ito ay isang paalala na hindi lahat ng laban ay kailangang labanan. Minsan, ang pinakamatibay na hakbang ay ang mag-iiwas sa mga hindi tiyak na sitwasyon at maghanap ng ibang pagkakataon kung saan mas malaki ang pagkakataon ng tagumpay. Ang taktika ng pag-iwas ay hindi tungkol sa pagiging mahina o duwag, kundi isang pagpapakita ng katalinuhan at ang kakayahang magplano para sa mas malalaking tagumpay sa hinaharap. Ang mga matatalinong lider ay hindi tumatalon sa lahat ng laban, kundi pinipili nilang maghintay at magplano ng mas maayos upang makuha ang tagumpay sa tamang pagkakataon.

Batas 57: Ang Kakayahang Magbigay ng Pag-asa ay Isang Malupit na Sandata

"Ang mga lider na nagbibigay ng pag-asa sa iba ay may hindi matitinag na lakas. Sa mga oras ng krisis o paghihirap, ang mga taong may kakayahang magbigay ng ilaw sa madilim na sitwasyon ay nakakaakit ng mga tagasunod. Ang kapangyarihan ay hindi laging tungkol sa takot, kundi sa pagpapalakas ng loob ng mga tao upang magsikap at magtagumpay."

Ang Kakayahang Magbigay ng Pag-asa ay Isang Malupit na Sandata ay isang prinsipyo na nagpapakita ng napakahalagang papel ng lider sa panahon ng krisis o pagsubok. Ang mga lider na may kakayahang magbigay ng pag-asa, hindi lamang sa pamamagitan ng salita kundi sa pamamagitan ng kanilang mga aksyon, ay may malupit na lakas na magpapaalab sa mga tagasunod. Sa kabila ng mga hamon, sila ang nagiging ilaw sa dilim, nagtutulungan upang mapanatili ang lakas ng loob at determinasyon ng iba. Ang kapangyarihan ng isang lider ay hindi palaging nakabatay sa takot o pamumuno sa pamamagitan ng kapangyarihan—ang tunay na lakas ng lider ay nasa kakayahan nilang magbigay ng inspirasyon at magpasigla ng pag-asa sa mga oras ng pangangailangan.

Ang pag-asa ay isang malupit na sandata dahil ito ay may kakayahang magpatuloy ng buhay, magbigay ng lakas, at magbigay ng direksyon sa gitna ng kaguluhan. Ang mga tao ay madalas na humahanap ng mga dahilan upang magpatuloy, at ang lider na nagbibigay ng pag-asa ay nagiging gabay para sa kanila upang magpatuloy kahit pa sa harap ng matinding pagsubok. Hindi lamang ito pagpapakita ng optimismo, kundi isang malalim na pananaw sa mga posibilidad na maaaring magbukas sa kabila ng lahat ng paghihirap. Ang lider na may kakayahang magbigay ng pag-asa ay hindi nawawalan ng pananampalataya, kaya't ang mga sumusunod sa kanya ay nagiging handang magsikap upang matamo ang tagumpay, kahit na parang imposibleng mangyari ito.

Sa mga panahon ng krisis, ang pag-asa ay isang malupit na sandata na nakakapit ang mga tao sa isang pagnanasa na magtagumpay at malampasan ang anumang pagsubok. Isang halimbawa nito ay ang mga lider na nakakapagbigay ng pag-asa sa kanilang mga nasasakupan sa panahon ng kalamidad o sakuna. Sa halip na mawalan ng pag-asa at magbigay daan sa takot, ang mga lider na nagbibigay ng pag-asa ay nagiging simbolo ng lakas. Ang kanilang mga salita at aksyon ay nagiging gabay sa mga tao upang magpatuloy at maghanap ng mga solusyon sa kabila ng mga pagsubok. Sa bawat patuloy na hakbang patungo sa layunin, ang pag-asa ay nagsisilbing lakas na nagpapalakas sa bawat isa.

Ang pagpapalakas ng loob ay isang mahalagang aspeto ng pamumuno. Hindi sapat na magbigay lamang ng mga solusyon o plano, kundi mahalaga ring magbigay ng lakas ng loob sa mga tao upang sila mismo ay magsikap at magsagawa ng mga hakbang. Ang mga lider na may kakayahang magbigay ng pag-asa ay hindi nag-aalangan na magsalita sa mga panahon ng pangangailangan at bigyan ng inspirasyon ang kanilang mga tagasunod na magpatuloy. Ang kanilang mga salita ay nagiging gabay na nagsisilibing ilaw sa madilim na landas. Pinapalakas nito ang kanilang loob at tumutulong sa kanila upang manatili sa landas patungo sa tagumpay.

Sa mga oras ng kahirapan, ang mga lider na may kakayahang magbigay ng pag-asa ay nagbibigay ng pagkakataon para sa pagbabago at muling pagbangon. Ang pag-asa ay nagsisilbing katalista para sa mga tao upang baguhin ang kanilang pananaw at maghanap ng mga bagong solusyon. Sa bawat hakbang na ginagawa ng lider, ipinapakita nila sa kanilang mga tagasunod na ang tagumpay ay hindi nakasalalay lamang sa mga aksyon kundi sa pananampalataya at lakas ng loob. Sa pamamagitan ng kanilang pagpapakita ng pag-asa, nagiging mas bukas ang mga tao sa posibilidad ng pagbabago at ang bawat hakbang na ginawa ay isang pagyakap sa pagbabago para sa mas maganda at mas matagumpay na hinaharap.

Ang tunay na lakas ng isang lider na nagbibigay ng pag-asa ay hindi lang nasa mga salita kundi sa mga aksyon. Ang mga lider na nagbibigay ng inspirasyon sa pamamagitan ng halimbawa ay may mas malalim na epekto kaysa sa mga nagsasalita lamang ng magagandang bagay. Ang kanilang mga aksyon ay nagpapakita ng kanilang tunay na pananampalataya sa mga posibilidad at nagiging konkretong halimbawa para sa iba. Sa pamamagitan ng pagiging matatag at patuloy na lumalaban, ang lider ay nagbibigay ng halimbawa kung paanong kahit sa harap ng pinakamabigat na pagsubok, ang pag-asa at lakas ng loob ay maaari pa ring magdala ng tagumpay.

Isipin ang isang lider na nasa isang lugar na tinamaan ng malupit na kalamidad. Maraming tao ang nawalan ng bahay, trabaho, at mga mahal sa buhay. Sa gitna ng kalungkutan at takot, ang lider na ito ay hindi nagbigay ng pananakot o kabiguan, kundi nagbigay ng mensahe ng pag-asa. Hindi siya nagsabi na magiging madali ang mga bagay, ngunit nagbigay siya ng halimbawa sa pamamagitan ng pagtulong sa mga nangangailangan, pagpapakita ng dedikasyon sa pag-aalaga sa mga apektado, at pagpapakita na ang bawat hakbang ay makakabuti para sa kanilang komunidad. Ang kanyang mga aksyon ay nagbigay inspirasyon sa iba upang magsikap, magtulungan, at maghanap ng mga solusyon upang muling bumangon. Sa ganitong paraan, ang lider ay nagbigay ng tunay na lakas sa kanilang komunidad.

Ang batas na ito ay isang paalala na ang tunay na lakas ng isang lider ay hindi laging nakabatay sa takot o pamumuno sa pamamagitan ng pananakot. Sa halip, ang mga lider na may kakayahang magbigay ng pag-asa ay may mas malupit na sandata—ang kakayahang magpatuloy ng lakas ng loob, magbigay ng inspirasyon, at magsilbing ilaw sa mga madilim na sitwasyon. Ang kapangyarihan ng isang lider na nagbibigay ng pag-asa ay hindi lamang nakikita sa kanilang pagsasalita kundi sa kanilang mga aksyon at halimbawa. Ang tunay na tagumpay ay hindi laging tungkol sa pagiging pinakamalakas, kundi sa kakayahang magtulungan at magbigay ng inspirasyon upang malampasan ang pinakamahirap na pagsubok.

Pagtatapos

Sa bawat hakbang na tinatahak natin sa buhay, natututo tayong magtagumpay, magpatawad, at magpatahimik sa mga kaguluhan. Ang kapangyarihan ay hindi nakasalalay sa pisikal na lakas o materyal na bagay, kundi sa ating kakayahang mag-isip, magplano, at magpatawad. Sa bawat pagkakataon na nagdaraan tayo ng pagsubok, nagiging mas malakas tayo, mas matalino, at mas handa na harapin ang anumang hamon na dumarating sa ating landas.

Ang mga batas na nakasaad sa aklat na ito ay hindi simpleng mga panuntunan na maaari nating isabuhay nang walang pagpapahalaga. Ang bawat isa sa kanila ay isang paalala na ang tunay na lakas ay hindi sa pagkakaroon ng lahat ng bagay, kundi sa pagkakaroon ng tamang mindset—sa pagiging bukas sa mga pagkakataon, sa kakayahang umangkop sa mga pagbabago, at sa hindi pagpapatalo sa mga pagkatalo.

Huwag kalimutan, ang mga batas na ito ay hindi mga absolute na tuntunin. Ang bawat isa sa atin ay may sariling paraan ng paglago, at ang mga aral na makukuha mula dito ay maaaring mag-iba batay sa ating mga karanasan at pananaw. Gayunpaman, ang kahalagahan ng pag-aaral at paglapat ng mga prinsipyong ito ay magbibigay sa atin ng mas malalim na pag-unawa sa ating sariling kapangyarihan.

Minsan, ang pinakamalaking tagumpay ay ang pagpili na patuloy na magsikap, kahit na ang mundo ay tila puno ng pagsubok. Ang iyong lakas ay matatagpuan hindi sa labas, kundi sa loob mo. Sa huli, ang bawat hakbang na ginagawa mo patungo sa iyong mga pangarap ay isang hakbang patungo sa mas mataas na antas ng pagkatao—isang tunay na tagumpay na hindi makakamtan ng sinuman kundi ikaw lamang.

Magpatuloy ka. Magtagumpay ka. Ang lakas na iyong hinahanap ay palaging nariyan—sa iyong isip, sa iyong puso, at sa iyong mga kamay.

Sa pagtatapos ng akdang ito, sana ay maglingkod itong gabay sa iyong paglalakbay. Huwag kalimutan na ang tunay na kapangyarihan ay nasa iyong mga desisyon, at sa bawat araw, ikaw ang may hawak ng iyong kapalaran.

www.ingramcontent.com/pod-product-compliance
Lightning Source LLC
LaVergne TN
LVHW010052061026
849532LV00004BC/1247
* 9 7 9 8 2 3 0 0 7 0 5 9 7 *